சுனிதா வில்லியம்ஸ்

விண்வெளி வீராங்கனையின் வெற்றிக் கதை

டாக்டர் ம. லெனின்

சிக்ஸ்த்சென்ஸ் பப்ளிகேஷன்ஸ்
10/2 (8/2) போலீஸ் குவார்ட்டர்ஸ் சாலை
(தியாகராயநகர், பேருந்து நிலையத்திற்கும்
காவல் நிலையத்திற்கும் இடைப்பட்ட சாலை)
தியாகராயநகர் சென்னை - 600 017
தொலைபேசி : 2434 2771, 2986 0070

Author:
Dr. M. Lenin
Publisher:
K.S. Pugalendi

Address:
Sixthsense Publications
10/2(8/2) Police Quarters Road,
(Between Thiyagaraya Nagar Bus Stop & Police Station)
Thiyagaraya Nagar, Chennai - 17
Phone: 2434 2771, 2986 0070

e-mail : sixthsensepub@yahoo.com
Mob : 72000 50073

Edition:
First : December, 2011
Second : September, 2014
Third : April, 2023

No part of this book may be reproduced or transmitted in any form without permission in writing from the author or publisher

Layout:
M.Magesh

Pages :
136

Price :
Rs.177

ஆசிரியர்
டாக்டர் ம. லெனின்

முதற்பதிப்பு
டிசம்பர், 2011

இரண்டாம் பதிப்பு
செப்டம்பர், 2014

மூன்றாம் பதிப்பு
ஏப்ரல், 2023

பக்கங்கள் 136

விலை ரூ.177

சிக்ஸ்த்சென்ஸ் பப்ளிகேஷன்ஸ்
10/2 (8/2) போலீஸ் குவார்ட்டர்ஸ் சாலை
(தியாகராயநகர், பேருந்து நிலையத்திற்கும் காவல் நிலையத்திற்கும் இடைப்பட்ட சாலை)
தியாகராயநகர் சென்னை - 600 017
தொலைபேசி : 2434 2771, 2986 0070

கைபேசி: **72**000 **5**00**73**

மின்னஞ்சல்
sixthsensepub@yahoo.com

இந்தப் புத்தகத்திலுள்ள எந்த ஒரு பகுதியையும் பதிப்பாளரின் அனுமதியை எழுத்து மூலம் பெறாமல் பதிப்பிக்கக் கூடாது

நீங்கள் Smart Phone உபயோகிப்பவராக இருந்தால் QR Code Reader Application மூலம் இதை Scan செய்தால் நேரடியாக எமது இணையதளத்திற்கு சென்று மேலும் எங்கள் வெளியீடுகள் பற்றிய விவரங்களைப் பெறலாம்

A2 ISBN : 978-93-82577-67-6

ஆசிரியர்

ஆசிரியர்

இந்தியப் பெண்கள் யாரைப் போல் முன்னேற வேண்டும் என்று விரும்புகிறார்கள் என்று பார்த்தால் எவ்வளவோ நீளமான பட்டியலை அளிக்கலாம்.

இந்த வரிசையில் அண்மைக் காலத்தில் இடம் பெற்றிருப்பவர் சுனிதா வில்லியம்ஸ். விண்வெளியில் பறந்து சாதனை படைத்திருக்கும் பெண்மணி. இந்திய வம்சாவளியைச் சேர்ந்த அமெரிக்கா வாழ் மாது.

கல்பனா சாவ்லா இப்படித்தான் விண்வெளிப் பயண வீராங்கனையாக வெற்றிக் கொடி நாட்டினார். ஆயினும் அவரைப் புகழ் ஏணியில் ஏற்றிய பயணமே அவரது உயிரையும் காவு கொண்டு விட்டது.

அடைந்தால் இமாலயப் புகழ்...

இல்லையேல் அரை நொடியில் சாம்பல் என்பது விண்வெளிப் பயணிகளின் எழுதப்படாத விதி. இது தலைவிதி இல்லை. விண்வெளி ஆராய்ச்சிப் பயண விதி. இந்த விதியையும் கூட மதியால் வெல்ல முடியும் என்று காட்டியவர் சுனிதா. சுட்டிக் குழந்தையிலிருந்து சுனிதா வில்லியம்ஸாக மாறியது வரை இவரது வாழ்வின் அத்தனை தருணங்களும் ஆவலை ஊட்டுபவை. சாதனைப் பெண்களை வளர்க்க நினைப்பவர்கள் படிக்க வேண்டியதும் படிப்பிக்க வேண்டியதுமான சாதனை.

டாக்டர் ம.லெனின்
சென்னை

பதிப்பாளர்

பதிப்பாளர்

கல்பனா சாவ்லாவின் வாழ்க்கை வரலாற்றை நாங்கள் வெளியிட்ட போது இந்தியப் பெண்களின் சாதனை குறித்து இதயம் குளிர்ந்தோம்.

வாழ்வது ஒரு முறை. அந்த வாழ்வு உலகிற்கு நன்மை பயப்பதாக இருக்கட்டுமே என்று துணியக் கூடியவர்கள் இந்தியப் பெண்களில் அதிகம் என்பதை உலகிற்கு மெய்ப்பிக்க வந்திருக்கிறார் சுனிதா.

என்னால் முடியும் என்பதற்கு எடுத்துக்காட்டாகவே வாழ்ந்திருக்கிறார் இவர். தோல்வியைக் கண்டு துவள வேண்டியதில்லை என்பதை உறுதிப்படுத்தி இருக்கிறார்.

எந்தத் துறையில்தான் இடர்கள் இல்லை? அடுக்களை துடைப்பதும் படுக்கையை விரிப்பதும் அது பெண்ணின் தொழிலில்லையே என்று காட்ட இந்தியப் பெண்கள் ஏராளமாக முன்வருகிறார்கள்.

அவர்களது அணி நாளுக்கு நாள் நீண்டு கொண்டே போகிறது. கல்பனா சாவ்லாவின் வரலாற்றைப் பாடமாக ஆக்கிய கல்வி நிலையங்கள் சுனிதா சாவ்லாவையும் தத்து எடுத்துக் கொள்வது உறுதி என்று நம்புகிறோம்.

ஏனெனில் சாதனையாளர்கள் உருவாவதில்லை. இதைப் போன்ற புத்தகங்களைப் படிக்க வைப்பதன் மூலம் உருவாக்கப்படுகிறார்கள். படியுங்கள் எதிர்கால சுனிதாக்களே. சாதியுங்கள் பெ(க)ண்மணிகளே.

சு.புகழேந்தி

சென்னை

புகுமுன்

புகுமுன்

உயிருக்கு உத்தரவாதமில்லை... புகழுக்கு உண்டு

கல்பனா சாவ்லாவை அடுத்துக் களம் புகுந்த வீராங்கனை

சுனிதா வில்லியம்ஸ்... ஒரு சுவையான கதை

உயரம்.

உயரம்.

விமானத்தில் பறப்பதாக இருந்தால் சில ஆயிரம் அடிகள் பூமியை விட்டு உயரமாகப் பறப்பீர்கள்.

அதைவிட உயரத்தில் பறக்க வேண்டும். அடிக் கணக்கில் அல்ல. கிலோ மீட்டர் கணக்கில்.

அதே உயரத்தில் ஆறு மாத காலம் தங்கி இருக்கவும் வேண்டும். வழக்கமான உணவு வகைகள் அங்கு கிடைக்காது. மனித சஞ்சாரமே அங்கே இருக்காது.

தண்ணீருக்குள் மூழ்குவது போன்றதுதான் அங்கே இருப்பதும் நடப்பதும், நிற்பதும். உங்கள் உடலை மறைக்கும் ஏகக் கனமான உடைகள் வேறு. தண்ணீரைக் குடிக்க வேண்டுமானாலும் சிரமப்பட வேண்டும். கொஞ்சம் அசந்தாலும் போதும் ... அது திவலைகளாக மாறிப் பறந்தோடிப்போய்விடும்.

இவை எல்லாவற்றையும் விடுங்கள்.

விண்வெளிக்கு வெற்றிகரமாகப் போய்விடுகிறவர்கள் என்று வைத்துக் கொள்ளுங்கள்.

உயிரோடு திரும்பி வருவீர்களா?

அதற்கெல்லாம் உத்தரவாதமில்லை.

உத்தரவாதமில்லை என்பதற்கு வேண்டுமானால் உத்தரவாதம் உண்டு. ஏனென்றால் ஏற்கனவே இப்படிப் போனவர்கள் பலர் திரும்பித் தரையைத் தொடுவதற்குச் சில நொடிகளுக்கு முன்பாக எரிந்து மறைந்து போயிருக்கிறார்கள்.

இத்தனை இடையூறுகள் இருந்தாலும் நீங்கள் விண்வெளியில் பறக்க ஒத்துக் கொள்வீர்களா?

ஆம் என்றால் நீங்கள் உலக சாதனை படைக்கப் போகிறவர் தான் ஒப்பற்ற வீரர், வீராங்கனை ஆகப் போகிறவர்தான்.

ஆனால் அத்தகைய உன்னத நிலையை எட்ட வேண்டுமானால் நீங்கள் சில, பல துன்ப துயரங்களை ஏற்றுக் கொள்ளத்தான் வேண்டும்.

இதற்கு நீங்கள் தயார் என்றால்

சுனிதா வில்லியம்ஸைப் போல நீங்களும் சாதனை படைக்கலாம்.

வாருங்கள்.

படியுங்கள், படையுங்கள்.

பொருளடக்கம்

பொருளடக்கம்

1.	இந்தியர்களால் எல்லாம் முடியும்	09
2.	புதிய வானம் புதிய பூமி	15
3.	குடும்பம் என்றால் இதுதான்	33
4.	முடிவெடுக்க வேண்டிய நேரம்	60
5.	தித்திக்கும் திருமணம்	75
6.	விண்வெளியில் பறக்குமுன்	87
7.	வெற்றி வாகை	114
8.	இந்தியப் பயணம்	122
9.	சுனிதா வில்லியம்ஸின் வாழ்க்கையில் குறிப்பிடத் தக்கவர்கள்	124
10.	தெரிந்துக்கொள்ள	132

இந்தியர்களால்
எல்லாம் முடியும்

1

உலக அரங்கில் எந்தத் துறையை எடுத்துக் கொண்டாலும் அதில் இந்தியர்களுக்கு மதிப்பும் மரியாதையும் உண்டு.

இந்தியர்கள் திறமைசாலிகள். நாணய மானவர்கள். கடினமாக உழைப்பவர்கள். எல்லாவற்றிற்கும் மேலாகக் கெட்டிக் காரர்கள்.

குறிப்பாக மருத்துவத் துறையில் இந்தியர்களுக்கு எப்போதுமே உலகளாவிய மரியாதை கிடைக்கும். அப்படித்தான் இந்தியாவில் பிறந்து வளர்ந்த தீபக் என். பாண்ட்யாவுக்கும் கிடைத்தது.

இந்தியாவின் மேற்குக் கடற்கரைப் பகுதியில் சௌராஷ்ட்ரம் குறிப்பிடத்தக்கது. இங்கு மாங்க்ரோல் என்ற கிராமத்தில் பிறந்தவர் தீபக் பாண்ட்யா. 1932ண் ஆம் ஆண்டு டிசம்பர் மாதம் 6ஆம் தேதி பாண்ட்யா பிறந்தார்.

பாண்ட்யாவின் தந்தை பிரபலமான வணிகர். மும்பையில் இவருக்குப் பல தொழில்கள் இருந்தன. பாண்ட்யாவின் பெற்றோர் அதிக அளவு கடவுள் நம்பிக்கை கொண்டவர்களாக இருந்தார்கள்.

அப்போது பாண்ட்யாவுக்கு இரண்டு வயது நடந்து கொண்டிருந்தது. அந்த இளம் வயதிலேயே அவருக்குச் சோதனை ஆரம்பமானது.

தந்தையைப் பறிகொடுத்தார் பாண்ட்யா. அவருடைய குடும்பம் தள்ளாடத் தொடங்கியது. அடுத்த சில ஆண்டுகளுக்குள்ளேயே அன்னையையும் அவர் இழக்க நேர்ந்தது. பதின்மூன்று வயதில் பாண்ட்யாவின் தாயாரும் மறைந்தார்.

படித்து வந்த பாதை

வடக்கு குஜராத்தில் ஜ"லாசன் என்று ஒரு கிராமம். அங்குதான் பாண்ட்யா தமது பள்ளிப் படிப்பைத் தொடங்கினார்.

இதனை அடுத்து அகமதாபாதில் படிப்பைத் தொடர்ந்தார் பாண்ட்யா. மருத்துவம் படிக்க நினைத்த அவருக்கு சூரத்தில் இடம் கிடைத்தது.

1957இல் அவர் தமது மருத்துவப் படிப்பை வெற்றிகரமாக முடித்தார். பட்டம் பெற்றார். மருத்துவத்தில் பட்டம் பெற்ற பிறகு பயிற்சி மருத்துவராகச் சிறிது காலம் பணியாற்ற வேண்டும்.

ஜுனாகத் நகரில் வி.எஸ் மருத்துவமனை என்று இருந்தது. அங்கு பயிற்சி மருத்துவராகச் சேர்ந்தார் பாண்ட்யா. ஒரு வருட காலம் அங்கு பணியாற்றினார்.

வெளிநாட்டுப் பயணம்

இந்தியாவில் மருத்துவப் படிப்பை முடித்தபின் தமது தொழில் அறிவை மேலும் வளர்த்துக் கொள்ள எண்ணினார் பாண்ட்யா.

வெளிநாடுகளுக்குச் சென்று மேற்படிப்பைத் தொடர விரும்பினார். அவரது இந்த முயற்சியின் முதல் கட்டமாக இங்கிலாந்திற்குக் கப்பலேறினார்.

பிறகு அங்கிருந்து அமெரிக்கா சென்றார். இந்தியாவில் மருத்துவப் பட்டம் பெற்றிருந்தாலும் பயிற்சியை முடித் திருந்தாலும் அமெரிக்காவில் குடியேறியவுடனேயே மருத்துவத் தொழிலில் இறங்கிவிட முடியாது.

அங்கும் குறிப்பிட்ட சில பயிற்சிகளை முடித்தாக வேண்டும். அதற்குப் பிறகே அங்கே தொழில் செய்ய உங்களை அனுமதிப்பார்கள். எனவே பாண்ட்யா பயிற்சி மருத்துவராகவும் உள்ளுறை மருத்துவராகவும் பணியாற்ற வேண்டி வந்தது.

ஓஹியோவில் உள்ள யூக்ளிட் பொது மருத்துவ மனையில் பயிற்சியாளராகச் சேர்ந்தார் அவர். இந்தியர்கள் திறமை மிக்கவர்கள் என்பதை அங்கு அவர் நிரூபித்தார். அங்கு அவர் பணியாற்றிக் கொண்டு இருந்த நேரத்தில்தான் அவரது வாழ்க்கையில் முக்கியமான திருப்பம் ஏற்பட்டது.

இணையப் போகும் இருமனம்

இந்தியாவிலிருந்து வெளிநாடு செல்கிறவர்கள் அங்கேயே தங்கள் வாழ்க்கைத் துணையைத் தேடிக் கொள்வார்கள் என்ற கருத்து நீண்ட காலமாக நிலவி வருகிறது.

> பெண்கள் விண்வெளியில் நடப்பது என்பது அரிதான சாதனை. அதை சுனிதா செய்திருக்கிறார். நீண்ட நேரம் விண்வெளியில் நடந்தவர் என்ற சாதனை இவருக்குரியது.

இதில் பலருக்கு உடன்பாடு இருப்பதில்லை. நாடு, இன, மத, மொழி வேறுபாடுகளைக் கடந்து புதிய உறவுகள் உருவாவதை வரவேற்கும் மனப்பாங்கு இன்னும் பலருக்கு வளரவில்லை.

பாண்ட்யா விசால மனம் கொண்டவராக இருந்தார். தாம் பணியாற்றிக் கொண்டிருந்த இடத்தில் போனி ஊர்ஸலைன் ஜலோகார் என்ற பெண்மணியைச் சந்தித்தார்.

போனி ஸ்லோவேனிய இனத்தைச் சேர்ந்தவர். அவருடைய மூதாதையர்கள் ஸ்லோவேனியாவிலிருந்து வந்தவர்கள். இருப்பினும் போனியின் பெற்றோர் ஓஹியோவின் கிளீவ்லாந்தில் பிறந்தவர்கள்தான்.

போனியின் தாத்தாவும் தந்தையாரும் ஒரு சிற்றுண்டிச் சாலையை நடத்தி வந்தார்கள். அங்கு தயாரிக்கப்பட்டு விற்பனை செய்யப்பட்டு வந்த உணவுப் வகைகள் அருமையான சுவை கொண்டவை.

எனவே சுடச்சுட அவை விற்றுப் போகும். போனியின் குடும்பம் அங்கு நல்ல செல்வாக்குடன் இருந்து வந்தது. தந்தை வழியில் மூன்று பெண்கள். நான்கு பையன்கள். தாய் வழியில் ஆறு சகோதரிகள்.

இப்படியொரு பெரிய குடும்பமாக அவர்கள் வாழ்ந்து வந்தார்கள். உணவுப் பொருட்களை விதவிதமாகத் தயாரிப்பதில் கை தேர்ந்தவர்களாக விளங்கினார்கள் அவர்கள்.

வார இறுதி நாட்களில் அவர்கள் எல்லாரும் ஒன்று கூடுவார்கள். எங்காவது சிற்றுலா கிளம்பி விடுவார்கள். ஆட்டமும் பாட்டுமாக உல்லாசமாகப் பொழுதைக் கழிப்பார்கள். உற்சாகமாக வீடு திரும்புவார்கள்.

ஓஹியோவில் பயிற்சி மருத்துவராகப் பணி செய்து கொண்டிருந்த பாண்ட்யா ஓஹியோவில் பிறந்த பெற்றோரது பெண்ணைச் சந்திக்க நேர்ந்தது தற்செயலாக நிகழ்ந்ததுதான். போனியைப் பார்த்த மாத்திரத்திலேயே பாண்ட்யாவுக்குப் பிடித்துப் போயிற்று.

இந்த இரு மனங்களும் இல்வாழ்க்கைப் பயணத்தில் இணையப் போகின்றன என்பது உறுதியாயிற்று.

போனியின் குடும்பம்

போனிக்கு இரண்டு சகோதரர்கள். ஒரு சகோதரி. போனியின் சகோதரி ஆசிரியையாகப் பணியாற்றி வந்தார். அவருக்கு மூன்று பெண்கள். அவர்கள் எல்லாருமே கொலராடோ பகுதியில் வாழ்ந்து வந்தார்கள்.

போனியின் சகோதரர் டோனி. இவர் அமெரிக்கக் கடற்படை வீரராகப் பணியாற்றியவர். வியட்நாமில் சேவை செய்திருக்கிறார்.

முப்பத்து மூன்று வயதில் ஏற்பட்ட மோட்டார் சைக்கிள் விபத்து ஒன்றில் இறந்து போனார்.

இன்னொரு சகோதரர் ஹான்க். அமெரிக்காவில் கார்த் தயாரிப்புத் தொழிலில் பெரிய நிறுவனமான ஜெனரல் மோட்டார்சில் பணியாற்றினார் இவர்.

போனியின் இரண்டு சகோதரர்களுமே விளையாட்டில் கெட்டிக்காரர்கள். கால்பந்து, கூடைப் பந்து விளையாட்டுக்களில் இவர்கள் தலைசிறந்து விளங்கினார்கள். இதனால் அவர்களுக்குக் கல்வி உதவித் தொகை கிடைத்தது. கல்லூரிப் படிப்பை முடிக்க இது அவர்களுக்குப் பெரிதும் கை கொடுத்தது.

போனியின் குடும்பத்தில் எல்லாருக்குமே இசை ஆர்வம் இருந்தது. போனியின் சகோதரர்கள் பலவித இசைக் கருவிகளை வாசிப்பதில் திறமை பெற்றிருந்தார்கள்.

போனி அக்கார்டியன் இசைக் கருவியை அற்புதமாக வாசிப்பார். அவரது சகோதரி பியானோவைக் கையாள்வார். போனியின் அம்மாவிற்கும் இதில் திறமை உண்டு.

டோனி கிடாரை எடுத்துக் கொள்வார். ஹான்க் ஸாக்ஸ போன் மற்றும் கிளாரினெட் வாசிப்பதில் கை தேர்ந்தவர்.

போனியின் தந்தை பாஞ்ஜோ வாசிப்பார். அவர்களது குடும்பமே ஓர் இசைக் குழுவாக விளங்கியது. எப்போதும் இனிய இசையும் அதைவிட இனிமையான குடும்பச் சூழலும் அங்கே நிலவின.

> **பெண்கள் விண்வெளியில் நடப்பது என்பது அரிதான சாதனை. அதை சுனிதா செய்திருக்கிறார். நீண்ட நேரம் விண்வெளியில் நடந்தவர் என்ற சாதனை இவருக்குரியது.**

போனியின் வாழ்க்கையும் இப்படித்தான் இசையோடு கலந்ததாக இருந்திருக்க வேண்டும். ஆனால் வாழ்க்கை பல எதிர்பாராத திருப்பங்களைக் கொண்டது இல்லையா? போனியின் வாழ்க்கையிலும் பல எதிர்பாராத திருப்பங்கள் ஏற்பட்டன.

திசை மாறிய பயணம்

போனிக்கு இருந்த இசைத் திறமை அவருக்குப் பல்வேறு வாய்ப்புகளைப் பெற்றுத் தந்தது. கல்லூரிப் படிப்பிற்கு உதவித் தொகை கிடைக்கவும் அதனால் வாய்ப்பு உருவானது.

இசையின் மீது அளவற்ற நாட்டம் இருந்த போதிலும் கல்லூரிப் படிப்பை அந்தப் பாதையில் அமைத்துக் கொள்ள விருப்பமிருக்கவில்லை போனிக்கு. வேறு வழியில் செல்ல அவர் முடிவெடுத்தார்.

மருத்துவத் துறையில் அவருக்குப் பெரும் விருப்பம் இருந்தது. புகு கதிர் தொழில்நுட்ப வல்லுனராக வேண்டும் என்று அவர் பெரிதும் ஆசைப்பட்டார். இதற்குப் பயிற்சி அளிக்கும் மருத்துவமனை எங்காவது இருக்கிறதா என்று தேடினார்.

யூக்ளிட் மருத்துவமனை இவர் விருப்பத்திற்குப் பொருத்தமானதாக இருந்தது. அங்கேயே பயிற்சி பெறத் தொடங்கினார். இந்த மருத்துவ மனையில்தான் தீபக் பாண்ட்யா பயிற்சி மருத்துவராக வேலை செய்து கொண்டு வந்தார்.

ஒரே இடத்தில் பணியாற்றிய போனியும் பாண்ட்யாவும் ஒருவருக்கொருவர் அளவற்ற அன்பு கொண்டிருந்தார்கள்.

இந்திய வம்சாவளியைச் சேர்ந்தவர் பாண்ட்யா. ஸ்லோவிய இனத்தவர் போனி. இருமனம் கலந்த பின் இதைப்பற்றிய கவலைகளெல்லாம் எதற்கு? திருமணம் செய்துகொள்ள இருவரும் முடிவெடுத்தார்கள். திருமணமும் முடிந்தது.

இந்திய மண்ணில் பிறந்தவர்களில் ஏராளமானவர்கள் உலகத்தின் எல்லா மூலை முடுக்குகளிலும் இருக்கிறார்கள். அவர்கள் தங்களது பிறந்த நாட்டுக்குப் பெருமை சேர்த்துக் கொண்டும் இருக்கிறார்கள். அந்த வரிசையில் பாண்ட்யாவும் இணைந்தார்.

புதிய வானம்

புதிய பூமி

2

பாண்ட்யாவைக் கரம் பிடித்தார் போனி. ஜே, தினா, சுனிதா என மூன்று குழந்தைகள் இவர்களுக்கு. கடைக்குட்டியான சுனிதாவைச் செல்லமாக சுனி என்று குறிப்பிடுவார்கள். சுனிக்கு அப்போது ஒரு வயது முடிந்திருந்தது. அந்த நிலையில் ஓஹியோவை விட்டு வேறு இடம் செல்ல வேண்டிய அவசியம் பாண்ட்யா தம்பதிகளுக்கு ஏற்பட்டது.

ஓஹியோவின் கிளீவ்லாந்தில் கேஸ் வெஸ்டர்ன் ரிசர்வ் இன்ஸ்டிடியூட் இயங்கி வந்தது. இங்குதான் பாண்ட்யா தமது ஆராய்ச்சிப் படிப்பைத் தொடங்கினார்.

படிப்பை மேலும் தொடர வேண்டுமானால் அங்கிருந்து வேறு இடம் செல்ல வேண்டும். பாஸ்டன் நகரம் இதற்குப் பொருத்தமாக இருக்கும் என்று நினைத்தார் பாண்ட்யா.

நீண்ட காலம் வாழ்க்கை நடத்திய ஓஹியோவை விட்டு விட்டு பாஸ்டன் நோக்கிப் புறப்பட்டது அவரது குடும்பம்.

புதிய இடம் அவர்களுக்குக் கட்டோடு பிடிக்கவில்லை. ஓஹியோவைப் போல் வருமா என்று ஏங்கத் தொடங்கி னார்கள். திரும்பவும் அங்கேயே கூடப் போய்விடுவோமா என்று நினைத்தார்கள்.

காலம் அந்த முடிவை மாற்றிக் கொள்ள வேண்டிய கட்டாயத்தை ஏற்படுத்தியது. குழந்தைகள் வெகு வேகமாக வளர்ந்து கொண்டு வந்தார்கள். அவர்களது விருப்பங்களும் வேறுபட்டவையாக இருந்தன.

எப்போதுமே எல்லாருக்கும் ஒரு சங்கடம் வரும். வாழ்க்கை மிகவும் கடினமாக இருப்பதுபோல் தோன்றும். ஆனால் நாளடைவில் அதுவே பழகிப் போய்விடும். கிடைக்காததை விரும்புவதை விடவும் கிடைத்ததை விரும்பிக் கொள்ளும் மனப் பக்குவம் அவர்களுக்கு வந்துவிடும்.

பாண்ட்யாவும் போனியும் அப்படித்தான் உணர்ந்தார்கள். பாஸ்டனில் வந்து இறங்கிய நாளிலிருந்து ஒரு வருட காலம் வரை எப்போதுதான் இந்த இடத்தை விட்டுக் கிளம்புவோமோ என்று எதிர்பார்த்துக் கொண்டு நாட்களைச் சிரமப்பட்டுக் கடத்திக் கொண்டிருந்தவர்களுக்கு பாஸ்டனே பிடித்துப் போயிற்று என்று சொல்லக் கூடிய ஒரு நிலை ஏற்பட்டது.

இனி எல்லாமே இங்கேதான் என்று அவர்கள் தீர்மானித்து விட்டார்கள். சுனிதா பிறப்பதற்கு ஒரு வருடத்திற்கு முன்பாகவே பாண்ட்யாவுக்கு அமெரிக்கக் குடியுரிமை கிடைத்துவிட்டது.

தகுதி, அனுபவம், தங்கி இருந்த காலம், பணியின் தன்மை போன்ற பல காரணங்களை அடிப்படையாகக்

கொண்டு வெளிநாட்டவர்களுக்கு அமெரிக்கக் குடியுரிமை வழங்கப்படுவது வழக்கம்.

பாண்ட்யாவுக்கு இந்த வாய்ப்புக் கிடைத்ததை அவர் விரும்பி ஏற்றுக் கொண்டார். தவிரவும் பாஸ்டனில் இருந்தபடியே பணியாற்றுவது இப்போது அவருக்குப் பிடித்தமான ஒன்றாக ஆகிவிட்டது.

காரணம், சூழ்நிலை. ஹார்வர்ட் மருத்துவக் கல்லூரி மற்றும் பாஸ்டன் பல்கலைக் கழக மருத்துவக் கல்லூரி ஆகியவற்றில் பேராசிரியராகப் பணியாற்றத் தொடங்கி இருந்தார் பாண்ட்யா. இது அவருக்கு நல்ல மன நிறைவைத் தரும் பணியாக இருந்தது.

கற்கவும், கற்றதைப் பயன்படுத்தவும், கற்றுக் கொடுக்கவும் அந்தப் பகுதியில் இருந்த வாய்ப்புகள் ஏராளம். இது பாண்ட்யாவுக்குப் பிடித்துப் போனதால் பாஸ்டனிலேயே தங்கி விட முடிவு செய்தார்.

எந்த பாஸ்டனை ஆரம்பத்தில் பிடிக்காமல் இருந்ததோ அதே பாஸ்டன் அவரை இழுத்துப் பிடித்து நிறுத்தி வைத்துக் கொண்டது.

குழந்தைகளுக்கும் இந்த இடம் ரொம்பவும் பிடித்திருந்தது. சிறிய நகரம்தான் என்றாலும் பெரிய நகரங்களுக்குள்ள அத்தனை வசதிகளும் சிறப்புகளும் கொண்டதாக அது இருந்தது.

பாண்ட்யாவின் குழந்தைகள் தாங்கள் பயின்று வந்த இடங்களில் உள்ள பிற குழந்தைகளோடு நன்கு பழகினார்கள். எல்லாரையும் அவர்களுக்குத் தெரிந்திருந்தது. சுனிதாவுக்குத் தன்னுடன் படித்து வந்த ஐநூறு பேர்களையும் தனிப்படத் தெரியும்.

இந்த அளவுக்கு அவர்கள் ஒட்டுதல் உணர்வோடு பழகி வந்தார்கள். பள்ளி வாழ்க்கையை அவர்கள் பெரிதும் இரசித்தார்கள். குழந்தைகள் மன மகிழ்ச்சியோடு இருப்பது பெற்றோருக்கும் மகிழ்ச்சியைக் கொடுத்தது.

விளையாட்டு உள்ளிட்ட பல்வேறு நடவடிக்கைகளின்பால் குழந்தைகளுக்கு ஈடுபாட்டை ஊட்டக் கூடிய நகரமாக பாஸ்டன் திகழ்ந்தது.

அமெரிக்கா 1965 முதல் விண்வெளிக்கு அனுப்பி வைத்து இருப்பவர்கள் 157 பேர். அதில் 6பேர் மட்டுமே பெண்கள் என்பது குறிப்பிடத்தக்கது.

சுட்டிக் குழந்தை சுனிதா

பாண்ட்யா, போனி தம்பதிகளுக்கு மூன்றாவது குழந்தையாகப் பிறந்தவர் சுனிதா.

1965 செப்டம்பர் 19.

ஓஹியோவின் யூக்ளிட் மருத்துவ மனையில் பிறந்தார் சுனிதா. தாயும் தந்தையும் பணியாற்றிய இடம் இல்லையா?

பிறந்த இடம் ஒன்றாகவும் வளர்ந்த இடம் வேறொன்றாகவும் அமைவது பலரது வாழ்விலும் நடக்கக் கூடிய நிகழ்ச்சிதான்.

சுனிதாவுக்குப் பிறந்த இடம் மறந்து போயிற்று. காரணம் அவரது பெற்றோர்கள் ஓஹியோவிலிருந்து பாஸ்டனுக்கு இடம் பெயர்ந்ததுதான்.

பள்ளிகள் பலவிதம்

சுனிதாவைப் பள்ளிக்கு அனுப்பும் வயது வந்தது. முன் மழலையர் பள்ளிப் படிப்பிற்கு ஹில்ஸைட் துவக்கப் பள்ளியில் சேர்த்தார்கள். அங்கு அவர் ஆறாம் வகுப்பு வரை படித்து முடித்தார்.

இங்கு திருமதி ஆஞ்சலா டி நபோலி என்ற ஆசிரியை பணியாற்றி வந்தார். இவர் சுனிதாவின் மேல் மிகுந்த அன்பு காட்டுவார். சுனிதாவுக்கும் இவரை வெகுவாகப் பிடிக்கும்.

பள்ளியை விட்டு வந்து நீண்ட காலம் கழிந்த பிறகும் இந்த இருவருக்கும் இடையில் இருந்த பாசப் பிணைப்பு நீங்காமல் இருந்து வந்தது.

ஆறாம் வகுப்பிற்குப் பின் பள்ளியை மாற்ற வேண்டிய தேவை ஏற்பட்டது. நியூமன் இளம் உயர்நிலைப் பள்ளியில்

நீதம் உயர் நிலைப்பள்ளி

ஏழு முதல் ஒன்பது வரையிலான வகுப்புகளில் தேர்ச்சி பெற்றார்.

மீண்டும் வேறொரு பள்ளியில் சேர்ந்து படிக்க வேண்டிய தேவை உருவானது. இப்போது அவர் நீதம் உயர் நிலைப்பள்ளியில் சேர்ந்து பத்து முதல் பன்னிரெண்டாம் வகுப்பு வரை படித்து முடித்தார்.

நீச்சலில் விருப்பம்

சுனிதாவுக்கு விளையாட்டு என்றால் ரொம்பவும் பிடிக்கும். அதிலும் நீச்சல் என்றால் கேட்கவே வேண்டாம். பள்ளிக்குப் போவதற்கு முன்பும் போய்வந்த பின்பும் நேரம் கிடைக்கும் நேரத்தில் எல்லாம் சுனிதா நீச்சல் அடித்துக் கொண்டிருப் பதைப் பார்க்கலாம்.

நீச்சலின் மேல் சுனிதாவுக்கு அப்படியொரு ஈடுபாடு இருந்து வந்தது. நேரம் கிடைத்த போதெல்லாம் நீச்சல் குளத்திலேயேதான் இருப்பார். அல்லது நீச்சலுக்காக அதிக நேரத்தை ஒதுக்கும் வகையில் தமது பிற வேலைகளை முறைப்படுத்திக் கொள்வார்.

நீச்சல் சுனிதாவின் நேரத்தில் பெரும்பகுதியை எடுத்துக் கொண்டது. வீட்டுப் பாடங்களை முடிக்க வேண்டும். மற்ற குழந்தைகள் மற்றும் குடும்பத்தினருடன் இயல்பாகப் பழக

ஹீட்மரீ ஸ்டானிஸின் பைப்பர், 2006 ஆகஸ்டில் பன்னாட்டு விண்வெளி நிலையத்தில் சூரிய ஒளி மின் உற்பத்திப் பலகைகளைப் பொருத்தினார்.

நேரம் ஒதுக்க வேண்டும். இவற்றை எல்லாம் தாண்டி நீச்சலுக்கு அதிக நேரத்தைச் செலவிட வேண்டும். இதுவே சுனிதாவின் விருப்பமாக இருந்தது.

சுனிதாவின் விருப்பத்தை அறிந்த அவரது பெற்றோரும் அதற்குத் தடை சொல்லவில்லை. அவருக்கு இந்த விசயத்தில் மிகுந்த ஒத்துழைப்புக் கொடுத்தார்கள்.

சுனிதா பள்ளியிலிருந்து வீடு திரும்புவார். வீட்டில் ஏதாவது ஒரு தின்பண்டம் அவருக்காகக் காத்துக் கொண்டு இருக்கும். அதைத் தின்று முடிப்பார். உடனே பாடப் புத்தகங்களை எடுத்து வைத்துக் கொண்டு படிக்கத் தொடங்குவார்.

இந்த நேரத்தில் அவரது பெற்றோர் அவரை நீச்சல் குளத்திற்கு இட்டுச் செல்லத் தயாராக இருப்பார்கள். செய்து முடிக்க வேண்டிய வீட்டுப் பாடங்களுக்கான புத்தகங்கள், ஏடுகள் முதலியவற்றை எடுத்துக் கொள்வார் சுனிதா. வீட்டிலிருந்து நீச்சல் குளத்திற்குச் செல்லச் சுமார் நாற்பத்தைந்து மணித் துளிகள் தேவைப்படும்.

நீச்சல் குளத்தை நோக்கிக் கார் போய்க் கொண்டு இருக்கும். காருக்குள் அமர்ந்தபடியே வீட்டுப் பாடங்களைச் செய்து முடிப்பார் சுனிதா. நீச்சல் குளம் வந்ததும் ஆவலாகத் தண்ணீருக்குள் பாய்வார்.

நீச்சல் பயிற்சி முடிந்ததும் பெற்றோருடன் வீடு திரும்புவார். வீட்டிற்கு வந்ததும் மீண்டும் பாடப் புத்தகங்களை எடுத்து வைத்துக் கொண்டு படிக்க ஆரம்பித்து விடுவார். ஒரு நொடியைக் கூட வீணாக்க மாட்டார்.

நீச்சலே எல்லாம்

சுனிதாவின் நீச்சல் ஆர்வம் எல்லையற்றதாக இருந்தது. நீச்சலுக்காக அவர் தமது நேரத்தை அதிக அளவில் செலவிட்டு வந்தார். கொஞ்சம் கூட ஓய்வு ஒழிச்சலே இல்லாமல் நீச்சல், நீச்சல் என்று அலைந்து கொண்டிருந்தார்.

ஒரு செயலில் ஒருவருக்கு விருப்பம் ஏற்பட்டுவிட்டால் அது எவ்வளவுதான் தொல்லை தருவதாக இருந்தாலும் அதை விடுவதற்கு அவருக்கு மனம் வராது. அதைத் தொடர்ந்து

மேற்கொள்ள எப்படியாவது நேரத்தை ஒதுக்கிக் கொள்ள அவர்களால் முடியும். சுனிதாவுக்கும் அப்படித்தான் ஆயிற்று.

வெல்லெஸ்லி கல்லூரி என்று ஓர் அமைப்பு. அமெரிக்காவில் உள்ள பெண்களுக்கான கல்விக் கூடங்களில் குறிப்பிடத்தக்கது இது. இதில் பெண்களுக்கு நீச்சல் கற்றுத் தரும் பயிற்சியாளராகவும் பயிற்சியின் போது யாருக்கேனும் விபத்து ஏற்படுமானால் காப்பாற்றுபவராகவும் சுனிதா சேவையாற்றினார்.

ஒரு கோடை காலத்தின் போது சுனிதா இந்தப் பொறுப்பை ஏற்றுக் கொண்டிருந்தார். கடுமையான பணி இது. சுனிதாவின் வீட்டில் இருந்து அரை மணி நேரப் பயண தூரத்தில் இருந்தது அந்த நீச்சல் குளம்.

காலையில் நீச்சல் பயிற்சி எடுத்துக் கொள்ளக் கிளம்புவார் சுனிதா. அதை முடித்ததும் நேராக வீடு திரும்புவார். தனது மோட்டார் சைக்கிளை எடுத்துக் கொண்டு வெல்லெஸ்லி கல்லூரிக்குப் புறப்படுவார்.

அங்கு நீச்சல் பயிற்சி அளிப்பார். பின் மதிய உணவுக்கு வீடு திரும்புவார். சாப்பிட்ட உடனேயே மீண்டும் அடுத்த பணிக்குத் தயாராகிவிடுவார். மதியத்திற்கு மேல் அவருக்குக் காப்பாளர் பொறுப்பு காத்திருக்கும். நீச்சல் பயிற்சியின் போது யாருக்கேனும் விபத்து ஏற்பட்டால் இவர் விழிப்போடு இருந்து காப்பாற்றியாக வேண்டும்.

இந்தப் பணியை முடித்து விட்டு வீடு திரும்பும்போது அன்றைக்குப் பொழுதெல்லாம் உழைத்த களைப்பு அவரிடம் அதிகமாக இருக்கும். இருப்பினும் அதை ஒரு தொல்லையான சுனிதா ஒரு போதும் கருதியதில்லை.

விண்வெளிப் பயணத்திற்கான உடைகளின் அளவு 1990களில் உருவாக்கப்பட்டது. நடுத்தர மற்றும் பெரிய அளவுகளிலேயே இவை தயாரிக்கப்பட்டன.

பணியில் இருந்து களைத்துப் போய் வீடு திரும்பினாலும் சும்மா இருப்பாரா? அதுதான் இல்லை. இன்னொரு முக்கிய வேலை அவருக்காகக் காத்திருக்கும். அது? மாலை நேர நீச்சல் பயிற்சி.

இப்போது சுனிதாவின் தந்தை தீபக் உடன் வருவார். சுனிதாவை அழைத்துக் கொண்டு நீச்சல் குளத்திற்குக் காரை ஓட்டிச் செல்வார். அங்கு சுனிதா பயிற்சி எடுத்துக் கொள்வார். இதற்குப் பிறகாவது ஓய்வு கிடைக்குமா?

இல்லை. மீண்டும் வெல்லெஸ்லி கல்லூரிக்குப் போக வேண்டும். அங்கு இயலாக் குழந்தைகள் நீச்சல் பயிற்சி எடுத்துக் கொள்வதற்காகக் காத்துக் கொண்டிருப்பார்கள். அவர்களுக்கு உதவ வேண்டும்.

பம்பரமாகச் சுற்றிக் கொண்டிருப்பார் சுனிதா. ஒரு வேலையை முடித்ததும் அடுத்த வேலைக்குத் தயாராகி விடுவார். சோர்வு என்பதையே அறியாதவர் போல் சுறுசுறுப் பாகப் பணியாற்றுவார்.

அமெரிக்காவில் ஆகஸ்ட் மாதம் வந்துவிட்டால் குழந்தை களுக்கு இரண்டு வார கால விடுமுறை கிடைக்கும். இந்த விடுமுறைக் காலத்தை வீணாக்க விரும்பாத குழந்தைகள் நீச்சல் பயிற்சி எடுத்துக் கொள்ள நினைப்பார்கள். முடிந்த அளவுக்கு அந்தப் பகுதியில் இருந்து வந்த அத்தனை குழந்தைகளும் நீச்சல் பயிற்சியில் கலந்து கொள்ளுமாறு ஏற்பாடு செய்வார் சுனிதா.

நீச்சலுக்காகத் தன்னையே அர்ப்பணித்துக் கொண்டவரைப் போல் செயல்படுவார் சுனிதா. அதில் அவருக்கு அப்படியொரு ஈடுபாடு இருந்து வந்தது.

இனிய பயணங்கள்

நீச்சல் பயிற்சி முகாம்கள் நீச்சலுக்கு மட்டும் முக்கியத்து வம் கொடுப்பதில்லை. பிற திறமைகளை வளர்க்கும் விதத்திலான பயிற்சிகளையும் உள்ளடக்கியதாக இருக்கும்.

மலையேறும் பயிற்சியும் இதில் அடங்கும். மலையேற்றத்தை முடித்துக் கொண்டு அங்கேயே நீச்சல் பயிற்சியையும் எடுத்துக் கொள்ளும் விதத்தில் தொலைதூர இடங்களிலும் பயிற்சி முகாம்கள் ஏற்பாடு செய்யப்படுவது உண்டு.

இத்தகைய பயிற்சி முகாம்களுள் ஒன்று நியூஹாம்ப்யர் பகுதியில் நடத்தப்பட இருந்தது. அந்தப் பயணத்தை வெகுவாக ரசித்தார் சுனிதா. அங்கு இருந்த ஒயிட் மவுண்டன்ஸ் என்ற மலையின் மேல் ஏறுவதற்கும் பயிற்சி அளிக்கப்பட்டது.

ஸ்விப்ட் என்ற நதி அங்கு ஓடிக் கொண்டிருந்தது. அதில் நீச்சல் அடிக்கவும் வாய்ப்புக் கிட்டியது. அருவியில் குளிக்கவும் அருமையான இடம் அது. இந்தப் பயணம் சுனிதாவின் வாழ்க்கையில் மறக்க முடியாத அனுபவங்களைத் தருவதாக இருந்தது.

பின்வாங்கும் பேச்சிற்கே இடமில்லை

சுனிதா தான் எடுத்துக் கொண்ட எந்தச் செயலில் இருந்தும் பின்வாங்க மாட்டார். அது எத்தனை கடினமான பணியாக இருந்தாலும் சரி. இதற்கு எடுத்துக்காட்டாகச் சொல்லக் கூடிய நிகழ்ச்சிகள் ஏராளம்.

ஒரு முறை நீச்சல் பயிற்சி முகாம் ஒன்றில் கலந்து கொண்டிருந்தார். இடையில் கடும் மழை கொட்டத் தொடங்கிவிட்டது. முகாமைக் காலி செய்து விட்டுத் திரும்ப இயலாத நிலை.

உடனடியாக வீடு திரும்பவும் முடியாது. அந்த முகாம் வீட்டிலிருந்து முன்னூறு கிலோ மீட்டர்களுக்கு அப்பால் இருந்தது. என்ன செய்வது என்று யாருக்கும் எதுவும் புரியவில்லை.

மறு நாள் முக்கியமான நிகழ்ச்சி ஒன்றில் கலந்து கொண்டாக வேண்டும். பிரபலமான நீச்சல் போட்டி அது. முகாம் அமைக்கப்பட்டு இருந்த இடத்தில் உருவாக்கபட்டிருந்த கூடாரங்களைக் கழற்றி எடுக்கவிடாமல் மழை தாண்டவமாடிக் கொண்டிருந்தது.

சுனிதாவுக்கு மறுநாள் நடக்க இருந்த போட்டியை விட்டுவிட மனமில்லை. இங்கோ முகாமை அப்படியே போட்டுவிட்டுப் போக முடியாது. கடந்து செல்ல வேண்டிய தொலைவும் அதிகம்.

பொருத்தமான அளவிலான விண்வெளி உடைகள் இல்லாத காரணத்தாலேயே விண்வெளிப் பயண வாய்ப்புக் கிடைக்காமல் போனவர்கள் அதிகம்.

வேறு வழியில்லை. முகாமை அப்படியே விட்டு விட வேண்டியதுதான் என்று முடிவெடுத்தார். என்ன நேர்ந்தாலும் வீடு திரும்ப வேண்டும் என்று தீர்மானித்தார். முன்னூறு கிலோ மீட்டர் தூரத்தையும் கடந்து வீடு திரும்பினார்.

மறுநாள் நடத்தப்பட்ட நீச்சல் போட்டியில் கலந்து கொண்டார். நியூஹாம்ப்யரில் அப்படி அப்படியே போட்டு விட்டு வந்திருந்த முகாம் பொருட்களை மறுநாள் தீபக்கும் ஜேவும் போய் எடுத்துக் கொண்டு வந்தார்கள்.

மனதில் ஒன்றை நினைத்துவிட்டால் அது எத்தனை கடினமான காரியமாக இருந்தாலும் செய்தே முடிக்க வேண்டும் என்ற தீவிரம் சுனிதாவுக்கு எப்போதுமே உண்டு.

ஏன் இந்த வெறி?

நீச்சல் மேல் சுனிதாவுக்கு இருந்தது விருப்பம் என்று சொல்வதை விடவும் ஒரு வகை வெறி என்று சொல்வதே பொருத்தமாக இருக்கும். அது ஒரு இனிய வெறி. வேட்கை.

சுனிதாவின் இந்த ஈடுபாடுதான் அவரைப் பெரிய விண்வெளி வீராங்கனை ஆக்கக் காரணமாக இருந்தது என்பார் அவரது சகோதரி தினா.

எந்தவொரு நீச்சல் போட்டியாக இருந்தாலும் அதில் வெற்றி பெற வேண்டும் என்றே அவர் விரும்புவார். ஆனால் பரிசுக்காக மட்டும்தான் அவர் பாடுபட்டார் என்று சொல்ல முடியாது.

ஒவ்வொரு போட்டியிலும் தான் வெற்றி பெறும் போது தன் வயதுள்ள குழந்தைகள் மத்தியில் தனது பெருமை உயர்வது சுனிதாவுக்குப் பிடித்திருந்தது. அதற்காகவே அவர் கடுமையாக உழைத்தார்.

பிற குழந்தைகள் எல்லாம் 25 அல்லது 50 கஜ தொலைவிற்கான போட்டிகளில் கலந்து கொண்டிருப்பார்கள். சுனிதாவோ நீண்ட தொலைவுப் போட்டிகளில் ஆர்வம் காட்டுவார். 400 முதல் 1600 கஜ தொலைவுகளைக் கடக்க வேண்டிய போட்டிகளில் பங்கேற்பார். கடினமான செயல்களை முயன்று பார்ப்பதில் அவருக்கு இருந்த தளராத ஆர்வம் அவரைப் பல வழிகளிலும் உயர்த்திற்று.

ஜேவும் தினாவும் எப்படி உழைக்கிறார்கள், படிக்கிறார்கள் என்பது சுனிதாவுக்கு நல்ல வழிகாட்டியாக அமைந்தது. அவர்கள் இருவரும் கடினமாக உழைப்பார்கள். சிறந்த வகையில் படிப்பார்கள்.

சுனிதாவும் இவர்களைப் பார்த்து இவர்களைப் போலவே ஆக வேண்டும் என்று விரும்பினார். ஜே, தினா, சுனிதா மூவருமே நேரங் காலம் பார்க்காமல் பயிற்சிக்குச் செல்வார்கள். அவர்களை வீட்டில் பார்ப்பதே அரிது.

அவர்களுக்குத் துணையாக பாண்ட்யாவும் போனியும் கூடச் சென்றுவிடுவார்கள். அண்டை வீட்டுக்காரர்களுக்கு ஆச்சரியம் தாங்க முடியாது.

என்ன நீங்கள்.. எங்கள் பக்கத்து வீட்டில் இருக்கிறீர்கள் என்று பெயர்தானே தவிர.. எங்களால் உங்களைப் பார்க்கவே முடிவதில்லையே..

நீங்கள் எப்போது வருகிறீர்கள்.. எப்போது போகிறீர்கள் என்று எங்களுக்குத் தெரிவதே இல்லை. நீங்கள் எல்லாரும் வீட்டில் இருந்து நாங்கள் பார்த்ததே கிடையாது. வீட்டில் இருக்கவே மாட்டீர்களா என்று கூடச் சிலர் அவர்களைப் பார்த்துக் கேட்டதுண்டு.

பாட்டும் பயிற்சியும்

சுனிதா நீச்சல் பயிற்சியை மேற்கொள்ளும் நேரத்தில் நீச்சலை முழு ஈடுபாட்டுடன் பயிற்சி செய்வார். அதே நேரத்தில் அவரது இசை ஆர்வமும் அவருக்குள் கொப்பளிக்கும்.

தன்னுடன் கூடவே செல்லும் தாயார் போனியிடம் ஏதாவது கேள்வி கேட்டுக் கொண்டே இருப்பார் சுனிதா. எல்லாம் இசையைப் பற்றிய கேள்விகளாகவே இருக்கும்.

வானொலியில் ஒலிபரப்பாகும் பாடல்களையெல்லாம் விரும்பிக் கேட்பார் சுனிதா. வானொலியில் பாடல்கள் ஒலித்துக் கொண்டிருந்தால், இந்தப் பாடலை பாடிய கலைஞர் யார் என்று தன் தாயாரைக் கேட்பார் சுனிதா.

சுனிதாவின் உயரம் காரணமாக அவருக்கு நடுத்தர அளவு விண்வெளி உடை பொருந்தும் என்று முடிவு செய்யப்பட்டது.

பாடலின் பெயர் என்ன என்று விசாரிப்பார். இப்படிக் கேள்வி கேட்டுக் கேட்டே நிறையத் தெரிந்து வைத்திருந்தார். அமெரிக்காவின் முன்னணிப் பாடகர்கள், குழு போன்ற விவரங்களை சுனிதா தன் விரல் நுனியில் வைத்திருந்தார்.

மறக்க முடியாத நினைவுகள்

சுனிதாவிற்கு ஓய்வு நேரம் கிடைப்பதே அரிது. படிப்பு, நீச்சல் பயிற்சி, பணி என்று இடைவிடாத உழைப்பு. இருந்தாலும் தன் வாழ்க்கை இயந்திர மயமாக மாறிவிட அவர் ஒருபோதும் இடம் கொடுக்கவில்லை. இதில் சுனிதாவின் குடும்ப உறுப்பினர்களும் பெரும் பங்கு வகித்தனர்.

அவ்வப்போது குடும்பத்தில் உள்ள எல்லாரும் சேர்ந்து மகிழ்ச்சியாகப் பொழுதுபோக்குவார்கள். பிரிட்ஜ் என்று சொல்லப்படும் சீட்டு ஆட்டத்தில் ஈடுபடுவார்கள். பெரியவர்கள் எல்லாரும் சீட்டுக் கட்டை எடுத்து வைத்துக் கொண்டு ஆடத் தொடங்குவார்கள்.

அப்போது சுனிதா ரொம்பவும் சிறு பெண்ணாக இருப்பார். சீட்டு விளையாட்டில் அவருக்கு ஆர்வம் இருக்காது. விலகி இருந்து விடுவார்.

ஆனால் பெரியவர்கள் ஆடும்போது கூடவே ஆடுவதற்கு ஆட்டமே தெரியாத ஒருவரது உதவி தேவைப்படுவது உண்டு. அத்தகைய நேரங்களில் சுனிதாவை அழைப்பார்கள்.

சுனிதா தன்னை மதித்து அழைக்கிறார்கள் என்பதால் மகிழ்ச்சியோடு போய் அவர்களுடன் கலந்து கொள்வார். ஆட்டம் தெரியாத குறையை அவர் உணர்ந்தது இல்லை.

அமெரிக்க வாழ்க்கையில் டென்னிஸ் விளையாட்டிற்கு அதிக முக்கியத்துவம் கொடுப்பார்கள். சுனிதாவின் வீட்டிலும் அப்படித்தான். ஆனால் என்னவோ சுனிதாவுக்கு டென்னிஸ் ஆட்டத்தின் மேல் விருப்பம் வரவில்லை.

சீட்டுக் கட்டு ஆட்டத்தைப் போலவே இதிலும் அவர் ஒதுங்கியே இருப்பார். இருப்பினும் அவர் விளையாடும் நேரங்களில் ஒரு வேலையை மட்டும் விரும்பிச் செய்வார். பெரியவர்கள் அடிக்கும் பந்து கோட்டைத் தாண்டி சில சமயங்களில் வெளியில் சென்று விடுவது உண்டு.

அப்படி ஓடிப் போகும் பந்துகளைப் பொறுக்கி எடுத்துக் கொண்டு வந்து கொடுக்கும் வேலையை ஆர்வமாகச் செய்வார் சுனிதா.

சுனிதாவின் வீட்டில் நாய்களுக்குப் பஞ்சம் இருக்காது. பல இன நாய்களை அவர்கள் வளர்த்து வந்தார்கள். அவ்வப் போது அந்த நாய்கள் குட்டிகளைப் போட்டு விடுவது வழக்கம்.

இதனால் எந்த நேரத்திலும் சுனிதாவின் வீட்டில் ஏதாவது சில நாய்க்குட்டிகள் இருந்து கொண்டே இருக்கும். சுனிதாவுக்கு அந்தக் குட்டிகளுடன் விளையாடுவது மிகவும் பிடிக்கும். குட்டிகளை வெளியில் அழைத்துப் போய் வரும் வேலையையும் அவர் விரும்பிச் செய்வார்.

தீபக் தமது குழந்தைகளைப் பல கூட்டங்கள், கருத்தரங்குகளுக்கு அழைத்துப் போவார். அங்கு ஆற்றப்படும் உரைகளைத் தமது குழந்தைகள் கவனிக்க வேண்டும் என்று அவர் விரும்புவார்.

சிட்டி ஹாஸ்பிட்டல் என்ற பாஸ்டன் மருத்துவ மனையில் அமைந்துள்ள ஆராய்ச்சி நிலையத்திற்கும் தன் குழந்தைகளைக் கூட்டிக் கொண்டு போவார் பாண்ட்யா. அங்கு தமது ஆராய்ச்சியைப் பற்றி எளிய விளக்கங்களை தன் குழந்தைகளுக்கு அளிப்பார்.

வாலன்டினா டெரஷ்கோவா. துணி ஆலைத் தொழிலாளியாக வேலை பார்த்த பெண். முதல் ரஷ்ய விண்வெளி வீராங்கனை ஆனார்.

புனித வளனார் ஆலயம். ஞாயிறு வந்துவிட்டால் சுனிதாவின் குடும்பம் மொத்தமும் இங்கு சென்று விடும். வாரந்தோறும் திருப்பலி நிகழ்ச்சிகளில் கலந்து கொள்வதை ஒரு கடமையாகவே கருதி வந்தார்கள் அவர்கள்.

கிறித்துவ மதச் சடங்குகளின்படி சுனிதாவுக்குப் புது நன்மை, உறுதி பூசுதல் போன்ற நிகழ்வுகள் இந்த தேவாலயத்தில்தான் நடத்தப்பட்டன.

பாண்ட்யா இந்து மதத்தைச் சேர்ந்தவர். எனினும் போனியும் குழந்தைகளும் கிறித்துவ மத நிகழ்ச்சிகளில் கலந்து கொள்வதை அவர் தடுக்க மாட்டார்.

அவர்களுடன் இவரும் வெளியே கிளம்புவார். அவரது கையில் பகவத் கீதை இருக்கும். மற்றவர்கள் எல்லாரும் தேவாலயத்திற்குள் போனதும் இவர் கீதையைப் பிரித்து வைத்துக் கொண்டு படிக்க ஆரம்பித்துவிடுவார்.

தேவாலய நிகழ்ச்சிகள் முடிந்து அவர்கள் வெளியே வரும்வரை இவர் கீதையைப் படித்துக் கொண்டிருப்பார். பிறகு எல்லாருமாக வீடு திரும்புவார்கள்.

படகு விடுவது சுனிதாவின் குடும்பத்தினர் விரும்பிச் செய்யும் வேலை. இவர்களிடம் சொந்தமாகவும் சில வகைப் படகுகள் இருந்தன. சார்லஸ் என்ற பெயர் கொண்ட நதியில் படகு செலுத்துவதற்கான பயிற்சி அளிக்கப்படுவது உண்டு. அங்கு சென்று படகு செலுத்துவதில் பயிற்சி பெறுவார்கள் சுனிதாவின் குடும்பத்தினர்.

வான் என்ற ஏரியிலும் சுனிதா குடும்பத்தினர் படகு விடுவார்கள். அவர்களது வீட்டில் எல்லாருக்குமே படகு விடத் தெரிந்திருந்தது.

சுனிதாவின் குடும்பத்தினருக்குப் பிடித்த இன்னொரு பொழுதுபோக்கு எங்காவது சிற்றுலா செல்வது. அங்கேயே முகாம் அமைத்துத் தங்குவது. எப்போதெல்லாம் விடுமுறை அல்லது ஓய்வு கிடைக்கிறதோ அப்போதெல்லாம் கூடாரத்தைத் தூக்கிக் கொண்டு கிளம்பிவிடுவார்கள்.

இப்படி அவர்கள் சிற்றுலா, சுற்றுலா சென்ற இடங்கள் ஏராளம். யெல்லோ ஸ்டோன் தேசியப் பூங்கா, செயென், வையோமிங், தெற்கு டகோடாவின் பேட் லாண்ட்ஸ், பிரைஸ், எட்வர்ட் தீவு(கனடா), நியூயார்க், வாஷிங்டன், ஃப்ளோரிடா, டிஸ்னி உலகம், காட் முனை, நியூ இங்கிலாந்து போன்ற பல இடங்களுக்கு அவர்கள் சென்று வந்திருக்கிறார்கள்.

சிறு வயதில் ஏற்படும் நிகழ்வுகள்தான் நீண்ட காலம் நினைவில் இருந்து கொண்டே இருக்கும். சுனிதாவிற்கு இத்தகைய இனிய நினைவுகள் ஏராளமாக இருந்தன. அவரது குடும்பத்தினருக்கும் அப்படித்தான்.

இந்தப் பழக்கம் காரணமாக வளர்ந்து பெரியவர்கள் ஆன பிறகும் இதே போல் உலா செல்வது சுனிதாவிற்கும் அவரது சகோதர, சகோதரிக்கும் பிடித்தமான பொழுதுபோக்காக அமைந்தது.

சிற்றுலா செல்லும் இடங்களில் சமையல் செய்வது என்பது எல்லாருக்குமே பிடித்தமான விசயம். சுனிதாவும் தினாவும் சமையல் வேலைகளில் தங்கள் தாயாருக்கு உதவி செய்வதில் அதிக ஆர்வம் கொண்டவர்களாக இருப்பார்கள்.

பாண்ட்யாவிற்குச் சில நொறுக்குத் தீனி வகைகள் ரொம்பவும் பிடிக்கும். வார இறுதி நாட்களில் இவற்றைத் தயாரிக்கத் தொடங்கிவிடுவார் போனி.

நாட்டுச் சர்க்கரையில் தயாரிக்கப்படும் சுகாதி, பாண்ட்யா விற்கு மிகவும் பிடித்த தின்பண்டம். பக்கோடாவும் அப்படியே. இவற்றைத் தயாரிப்பதற்கான ஏற்பாடுகளில் மூழ்கி இருப்பார் போனி.

வாலன்டினாவின் பொழுதுபோக்கு விமானத்தில் பறந்து பாராசூட்டில் குதிப்பது. இது அவரை விண்வெளி வீராங்கனை ஆக்க உதவியது.

அப்போது சுனிதாவும் தினாவும் தாங்களும் உதவி செய்வதாக வந்து நின்று கொள்வார்கள். வெல்லக் கட்டிகளை உடைப்பது, மாவு பிசைவது, காய்கறிகளை நறுக்குவது என்று தாங்களும் தங்களது அம்மாவைப் போலவே வேலை செய்ய வேண்டும் என்று விரும்பிப் பங்கு பெறுவார்கள்.

சுனிதாவின் குடும்பத்தில் எல்லாருக்குமே இசை ஆர்வம் அதிகம். சுவையான தின்பண்டங்களைச் சுவைத்தபடியே இசை நிகழ்ச்சிகளைக் கேட்க உட்கார்ந்து விடுவார்கள். அதிலும் இந்திய இசை என்றால் போதும். மணிக் கணக்கில் கேட்டு ரசிப்பார்கள்.

இந்த நேரத்தில் சுனிதாவின் குடும்பத்தைப் பார்ப்பவர்கள், அமெரிக்காவில் வசித்தாலும் இந்தியர்கள் இந்தியர்களே என்பதை உணர முடியும்.

எல்லாமே இந்தியா

அமெரிக்கர்கள் யாரும் மேசை இல்லாமல் சாப்பிட உட்கார மாட்டார்கள். சாப்பாட்டு நேரத்தில் கத்தியும் கரண்டி யும் அவர்களுக்குக் கட்டாயம் வேண்டும்.

சுனிதாவின் குடும்பத்தினர் கீழே உட்கார்ந்து சாப்பிடுவதில் விருப்பம் காட்டுவார்கள். கையால் உணவுப் பொருட்களை எடுத்து உண்பார்கள். இப்படி, அவர்கள் உடல் அமெரிக்காவில் இருந்தாலும் அவர்கள் உள்ளமெல்லாம் இந்தியாவைச் சுற்றித்தான் இருக்கும்.

பாண்ட்யாவைப் பார்ப்பதற்குப் பல இந்தியர்கள் அவரது வீட்டிற்கு வருவார்கள். இவர்களில் துறவிகளும் பலர் இருப்பதுண்டு. அப்படி வருகிறவர்களுக்கு இந்தியச் சைவ வகைச் சமையல்களை போனியே திறம்படச் சமைத்துப் பரிமாறுவார்.

சுனிதாவுக்குப் பிடித்த இந்திய உணவு வகைகளுள் அப்பளமும் சட்னியும் முக்கியமானவை. கணவருக்காக சைவச் சமையலும் மற்றவர்களுக்கு அசைவச் சமையலுமாக இரண்டு விதச் சமையல்களை அன்றாடம் செய்ய வேண்டிய கட்டாயம் போனிக்கு இருந்தது.

இரண்டிலுமே கை தேர்ந்தவர் போனி. சுனிதா இரண்டு வகையிலுமே கொஞ்சம் கொஞ்சம் எடுத்துக் கொள்வார். இறைச்சியையும் உருளைக் கிழங்கையும் ஒதுக்க மாட்டார். மணமூட்டும் பொருட்களைக் கலந்து சமைத்த உணவுப் பண்டங்களை விரும்பி உண்பார்.

காரில் போகும் போது குழந்தைகளுக்குப் பல கதைகளைச் சொல்வார் பாண்ட்யா. இவை பெரும்பாலும் இராமாயண, மகாபாரதக் கதைகளாக இருப்பது வழக்கம்.

குழந்தைகளுக்கு விடுமுறை கிடைத்தால் தவறாமல் இந்தியாவுக்கு அழைத்துப் போவார்கள் பாண்ட்யா தம்பதிகள். திரைப்படங்களுக்குச் சென்றாலும் இந்தியத் திரைப்படங்கள்தான். இசை கேட்பதாக இருந்தாலும் அப்படியே. பல ஆன்மீகக் கூட்டங்களுக்கும் குழந்தைகளை அழைத்துச் செல்வார் பாண்ட்யா.

இந்தியாவின் பல பகுதிகளையும் பாண்ட்யா குடும்பத்தினர் சுற்றிப் பார்த்திருக்கிறார்கள். மகாத்மா காந்தியின் பிறந்த இடம், இறந்த இடம் இரண்டையும் பார்த்தது வாழ்க்கையில் மறக்க முடியாத நிகழ்ச்சி என்பார்கள்.

காந்தி அடிகளின் வாழ்க்கை, நெறி, கொள்கைகள் பற்றி பாண்ட்யா விளக்கிச் சொல்லும் போது கேட்டுக் கொண்டிருப்பவர்களின் கண்களில் கண்ணீர் அரும்பும்.

விண்வெளியில் பறந்த முதல் பெண்மணி என்ற பெருமையை வாலன்டினா 1963 ஆம் ஆண்டு ஜுன் மாதம் பெற்றார்.

சொந்த மாநிலமான குஜராத்தை முழுமையாகப் பார்த்திருக்கிறார்கள். சபர்மதி ஆசிரமம், போர்பந்தர், இராஜஸ்தான், டெல்லி, சென்னை, பெங்களூரு, அஜந்தா, எல்லோரா, மும்பை என்று இந்தியாவில் வாழும் பல இந்தியர்களே பார்த்திராத பல இடங்களை அமெரிக்காவில் இருந்து வந்து இவர்கள் பார்த்துவிட்டுப் போவார்கள்.

உறவினர்களின் வீடுகளுக்கும் தவறாது அழைத்துப் போவார் பாண்ட்யா. அவரது உறவினர்களும் பாண்ட்யாவின் பண்பைப் போற்றிப் பாராட்டுவார்கள். இனிதே வரவேற்று விருந்தளித்து அனுப்பி வைப்பார்கள்.

குடும்பம் என்றால்
இதுதான்

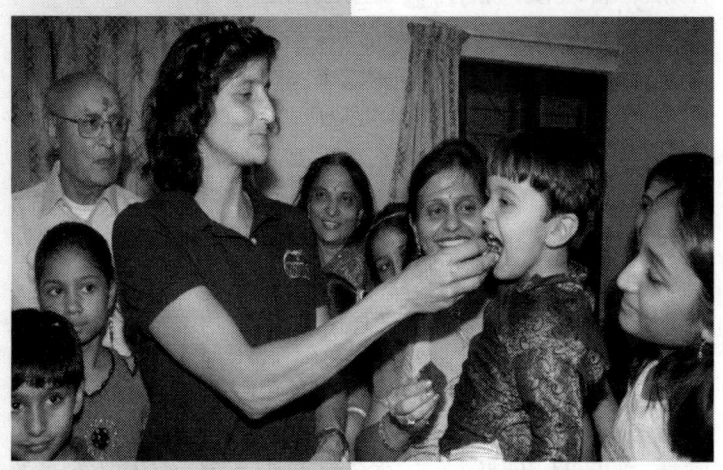

3

சுனிதாவின் குடும்பத்தில் மகிழ்ச்சிக்கு எப்போதுமே குறை இருந்தது இல்லை. நல்லதொரு குடும்பம் பல்கலைக் கழகம் என்பார்கள். அந்த விதத்தில் சுனிதா கொடுத்து வைத்தவர். அவரது குடும்பம் நல்லதொரு குடும்பத்திற்கு எடுத்துக்காட்டாகத் திகழ்ந்தது.

சுனிதாவின் வாழ்க்கையில் நடந்த பல இனிய நிகழ்வுகளை அவரது பெற்றோரும் மற்றோரும் நினைவுகூர்கிறார்கள். அவற்றை நீங்களும் கேட்டு மகிழலாம்.

தாயின் மடியில் தலை வைத்திருந்தால்

சுனிதா எப்போதுமே பெற்றோருக்குத் தொல்லை தராத குழந்தை. சரியாகச் சொல்வதானால் எந்தத் தாயும் வளர்ப்பதற்கு விரும்பக் கூடிய இனிய குழந்தை.

எதைப் பற்றியும் குறை சொல்ல மாட்டார் சுனிதா. இது வேண்டும் அது வேண்டும் என்று அடம் பண்ணும் வழக்கமும் அவரிடம் கிடையாது.

தாய் சொல்லைத் தட்டவே மாட்டார். அம்மாவுடன் கடைக்குச் செல்வது சுனிதாவுக்கு ரொம்பவும் பிடிக்கும். அவர்கள் வழக்கமாக ஒரு மிட்டாய் கடைக்குச் சென்று இனிப்புகளை வாங்குவது வழக்கம்.

மூத்த பையன் ஜேவுக்கு நான்கு வயது. தினாவுக்கு மூன்று வயது. சுனிதா கைக் குழந்தை. இந்தக் கால கட்டத்தில் சுனிதா தனது அம்மாவை ஒரு வழி செய்து விடுவார்.

இரவு வந்து விட்டால் போதும். தூங்குவதே கிடையாது. ஒரே அழுகை மயம்தான். சுனிதாவின் தாய் போனிக்கு இது பெரிய சோதனையாக இருக்கும்.

மற்ற இரண்டு குழந்தைகளையும் கவனித்துக் கொண்டு சுனிதாவையும் வளர்த்தெடுக்க போனி ஓய்வு ஒழிச்சல் இல்லாமல் பாடுபட வேண்டி இருந்தது.

ஒரு நாள் சுனிதா படுத்திய பாடு எல்லை கடந்து போனது. சிறிது நேரம் அழ வேண்டியது. அவரை அமர்த்தி விட்டு போனி சிறிது கண்ணயர்வார். உடனே சுனிதா அலறத் தொடங்குவார். மீண்டும் தாலாட்டு. தட்டிக் கொடுப்பது. நொடித் தூக்கம்தான். பிறகு அழுகை.

என்ன காரணம் என்று தெரியாமல் போனி தடுமாறிப் போனார். இறுதியில் தனது படுக்கையிலேயே பக்கத்தில் படுக்க வைத்துக் கொண்டார். மறு நாள் பார்த்தபோதுதான் தெரிய வந்தது; சுனிதாவின் காதுக்கருகில் ஏதோ கொப்புளம் வந்திருந்தது.

சுனிதாவுக்கு வேடிக்கை விளையாட்டுகளிலும் ஆர்வம் அதிகம். சுனிதாவை விளையாட்டில் சேர்த்துக் கொள்ள யாரும் விரும்புவார்கள். அதேபோல் எவரையும் உடன் சேர்த்துக் கொண்டு விளையாட சுனிதாவுக்கும் பிடிக்கும்.

ஐந்து வயது அழுகை

அப்போது சுனிதாவிற்கு ஐந்து வயது நடந்து கொண்டு இருந்த நேரம். அடிக்கடி குடும்பத்தில் உள்ள அனைவரும் எங்காவது புது இடங்களுக்குப் போய்வருவது என்பது பாண்ட்யா குடும்பத்தினரின் வழக்கம்.

ஸ்டோரிலாண்ட் என்று ஓர் இடம். நியூ ஹாம்ப்யரில் இருக்கிறது. இது ஒரு பொழுதுபோக்குப் பூங்கா. குழந்தைகள் பார்த்து ரசிக்க இங்கு ஏராளமான விசயங்கள் உண்டு. வீட்டில் இருந்த எல்லாரும் இந்தப் பூங்காவைக் காண்பதற்காகச் சென்றிருந்தார்கள்.

ஆனால் இவர்கள் போன நேரத்தில் அந்தப் பூங்கா பூட்டப்பட்டுவிட்டது. இவ்வளவு தொலைவு வந்தது வந்தோம்.. பூங்காவைப் பார்க்காமல் போனால் நன்றாக இருக்காதே என்று ஒவ்வொருவரும் ஏங்கினார்கள்.

வெளியில் இருந்தாவது எட்டிப் பார்க்கலாம் என்ற முடிவுக்கு வந்தார்கள் குழந்தைகள். இதற்காகப் பெரியவர்கள்

வாலன்டினா முதன் முதலில் விண்ணில் பறந்த நேரம் மூன்று நாட்கள். 1963 ஜுன் 16 முதல் அவர் விண்வெளியில் சுற்றி வந்தார்.

அவர்களைப் பிடித்துக் கொள்ள, வேலியின் மேல் ஏறி உள்ளே எட்டிப் பார்த்தார்கள்.

உயரமான வேலியின் மேல் அமர்ந்து உள்ளே பார்ப்பதற்குக் குழந்தைகள் அஞ்சினார்கள். அவர்களில் சிலர் மிகவும் பயந்து விட்டார்கள். வேலியை விட்டு இறங்க வேண்டும் என்று கூக்குரல் எழுப்பினார்கள்.

சுனிதாவால் வேலியைக் கடந்து மேலே செல்லவும் முடியவில்லை. கீழே இறங்கவும் வழி தெரியவில்லை. இருந்த இடத்தில் இருந்தபடியே அழத் தொடங்கிவிட்டார். அப்புறம் எல்லாருமாகச் சேர்ந்து அவரைப் பத்திரமாகக் கீழே இறக்கிக் கொண்டு வருவதற்குள் போதும் போதும் என்றாகிவிட்டது.

அப்போதே இருந்ததா அந்த ஆசை?

சுனிதாவுக்கு ஐந்து வயது இருக்கும். தொலைக்காட்சியில் காட்டப்பட்டு வந்த நிகழ்ச்சிகளை இமை கொட்டாமல் பார்த்துக் கொண்டிருப்பார் சுனிதா.

நீல் ஆர்ம்ஸ்ட்ராங் நிலவில் கால் பதித்த வரலாற்றுச் சிறப்பு மிக்க நிகழ்ச்சி தொலைக்காட்சிகளில் ஓடிக் கொண் டிருக்கும். உலகத்தையே வியக்க வைத்த அந்தக் காட்சிகள் குழந்தை சுனிதாவையும் கவர்ந்ததில் வியப்பேதுமில்லை.

அதற்குப் பின் எப்போது எந்த நிகழ்ச்சி ஒளிபரப்பானாலும் அதில் விண்வெளிப் பயணம் பற்றிய காட்சிகள் இருக்கின்றனவா என்று ஆராய்வதே சுனிதாவின் வேலையாக இருந்தது. முற்றிலும் ஈர்க்கப்பட்டவராக சுனிதா விண்வெளிப் பயணக் காட்சிகளைக் கண்டு களிப்பார்.

நிலவில் மனிதர்களைக் கொண்டு போய் இறக்க வேண்டும் என்பதை அப்போதைய அமெரிக்கக் குடியரசுத் தலைவராக இருந்த கென்னடி ஒரு சூளுரையாகவே அறிவித்திருந்தார்.

அமெரிக்காவில் மட்டுமல்லாமல் உலகம் முழுவதிலுமே இது பெரிய எதிர்பார்ப்பை ஊட்டி இருந்தது. இந்தப் பரபரப்பு சுனிதாவிடமும் ஒட்டிக் கொண்டது. தனது இளம் வயது நினைவுகள் எவ்வளவு ஆழமாகப் பதிந்திருந்தன என்பது சுனிதாவுக்குத் தெரியும் என்று சொல்வார் போனி.

பத்தோடு பதினொன்றாக இருப்பது சுனிதாவுக்குப் பழக்கமில்லாத வழக்கம். எங்கும் எதிலும் தனது தனித் தன்மை பளிச்சிட வேண்டும் என்று நினைக்கக் கூடியவர் அவர்.

எத்தனையோ விமானிகள் இருப்பார்கள். அறிவியல் அறிஞர்கள் இருப்பார்கள். இவர்களது எண்ணிக்கை பல ஆயிரங்களைத் தொடும். ஆனால் விண்வெளி வீரர், வீராங்கனை என்று எடுத்துக் கொண்டால் மிகச் சிலரே தேறுவார்கள்.

அந்த மிகச் சிலரிலும் தான் ஒரு சாதனையாளராகத் திகழ வேண்டும் என்பதுதான் சுனிதாவின் ஆசை. எல்லாருமே தங்கள் விருப்பத்திற்குப் பல தடைகள் குறுக்கிடும் என்று கருதுவார்கள்.

சுனிதாவும் பல நேரங்களில் அப்படித்தான் நினைத்திருக்கிறார். நமக்காவது.. விண்வெளியில் பறக்க வாய்ப்பு வருவதாவது என்று அவர் பல நேரங்களில் சோர்வடைந்தது உண்டு.

பலரும் இந்த மாதிரியான எதிர்மறை எண்ணங்களின் தாக்கத்திற்கு அடிமையாகிவிடுவார்கள். அதை ஏற்றுக்

சோவியத் வாஸ்டாக் 6 என்ற விண்கலம் வாலண்டினாவை விண்வெளிக்கு ஏற்றிச் சென்று திரும்பியது.

கொள்வார்கள். ஆமாம் என்னால் முடியாதுதான் போலிருக்கிறது என்று சோர்வடைந்து விடுவார்கள்.

இத்தகைய எண்ணங்களை விரட்டியடிப்பவர்கள் சாதிக்க முயல்வார்கள். சளைக்காமல் உழைப்பார்கள். வெற்றி பெறுவார்கள். சுனிதாவும் அந்தப் பாதையில் நடக்கக் கற்றுக் கொண்டிருந்தார்.

எப்படித் தெரிந்தது இந்தி?

சுனிதாவுக்கு அப்போது ஆறு வயது நடந்து கொண்டிருந்த நேரம். வழக்கம்போல் அவரது குடும்பத்தினர் சுற்றுலா சென்றிருந்தார்கள். அது காட் முனை.

கடற்கரை மணலில் குழந்தைகள் வீடு கட்டுவது எல்லாருக்கும் பிடித்த விளையாட்டுத்தானே? சுனிதாவும் அப்படித்தான் வீடு கட்டி விளையாடிக் கொண்டு இருந்தார்.

பாண்ட்யாவும் போனியும் வேறு இடத்தில் அமர்ந்திருந்தார்கள். அவர்களிடம் ஓடி வந்தார் சுனிதா. நான் கட்டி இருக்கும் மணற் கோட்டையை வந்து பாருங்களேன் என்று அழைத்தார்.

குழந்தையின் விருப்பத்தை நிறைவேற்றவில்லை என்றால் அதன் மனம் வாடிவிடும் என்பது அந்தப் பெற்றோருக்கு நன்கு தெரிந்திருந்தது. சரி வருகிறோம் என்று சொல்லிவிட்டு எழுந்து சென்று பார்த்தார்கள்.

அங்கே சுனிதா அழகான மண் கோட்டை ஒன்றை உருவாக்கி இருந்தார். சாதாரண வீடு அல்ல. பெரிய கோட்டை. அதில் அவரது கற்பனை வளம் தெரிந்தது.

அதை விட இன்னொரு அதிசயமும் கண்ணில் பட்டது. மணற் கோட்டையின் மேல் ராம் என்ற வார்த்தையை எழுதி இருந்தார் சுனிதா. இதில் என்ன ஆச்சரியம் என்பீர்கள்.

சுனிதா எழுதி இருந்தது ஆங்கிலத்தில் அல்ல. இந்தியில். இத்தனைக்கும் பாண்ட்யாவோ போனியோ அவருக்கு இந்தியைக் கற்றுக் கொடுத்ததே இல்லை.

இராமாயணம், மகாபாரதம் போன்றவற்றிலிருந்து சில கதைகளை அவருக்குச் சொல்லி இருந்தார்கள். அவ்வளவுதான். பிறகு சுனிதா எப்படி இந்தியில் எழுதி

இருந்தார்? புத்தகங்களில் பார்த்து அவராகவே தெரிந்து கொண்டிருக்க வேண்டும். இன்றளவும் இது எனக்குப் பேராச்சரியமாகவே இருக்கிறது என்பார் போனி. உண்மைதானே?

ஆறு வயதிலேயே அருங்குணம்

சில பேர் எதையும் பெரிதாகச் சாதித்திருக்க மாட்டார்கள். ஆனால் வெற்றுப் பெருமை பேசுவதில் பெரிய ஆட்களாக இருப்பார்கள்.

வேறு சிலர் எவ்வளவோ சாதித்திருப்பார்கள். ஆனால் அதை வெளியில் காட்டிக் கொள்ளமாட்டார்கள். சுனிதா இரண்டாவது வகையைச் சேர்ந்தவராக இருந்தார்.

மிகவும் தன்னடக்கத்தோடு இருப்பது என்பது அவருக்கு இளம் வயதிலேயே பழகிப் போன பண்பாக அமைந்திருந்தது.

ஒரு முறை பாண்ட்யா தம்பதிகள் சுற்றுலா போய் இருந்தார்கள். ஓரிடத்தில் முகாம் அமைத்துத் தங்கி இருந்தார்கள். அந்த நேரத்தில் முக்கியமான நீச்சல் போட்டி ஒன்று நடத்தப்பட்டுக் கொண்டிருந்தது.

பாண்ட்யாவும் போனியும் சுனிதாவை அதற்கு அழைத்துச் செல்ல இயலவில்லை. இருந்தபோதிலும் அந்தப் போட்டியில் கலந்து கொண்டே தீர வேண்டும் என்று அடம் பிடித்தார் சுனிதா.

இரண்டாவதாக விண்வெளியில் பறந்த பெண்மணியும் சோவியத் ரஷ்யாவைச் சேர்ந்தவரே. ஸ்வெட்லானா சாவிட்ஸ்கயா என்பது அவரது பெயர்.

என்ன செய்வது என்று யோசித்தார்கள் பாண்ட்யாவும் போனியும். தங்களுக்குத் தெரிந்த நண்பர்களிடம் சுனிதாவை ஒப்படைத்தார்கள். போட்டிக்கு அழைத்துச் சென்று திரும்பக் கூட்டி வருமாறு அவர்களைக் கேட்டுக் கொண்டார்கள்.

போட்டியில் கலந்து கொண்ட சுனிதா பெற்றோரிடம் திரும்பி வந்தார். என்ன போட்டி எப்படி இருந்தது என்று பாண்ட்யாவும் போனியும் கேட்டார்கள்.

ஓ..நன்றாக இருந்தது என்று மட்டும் சொல்லிவிட்டு விளையாட ஓடிவிட்டார் சுனிதா.

இந்தப் பெண் போட்டியில் என்ன சாதித்தாள் என்பதைத் தெரிந்து கொள்ள போனியும் பாண்ட்யாவும் ஆர்வமாக இருந்தார்கள். சுனிதா தன்னுடன் எடுத்துப் போயிருந்த பையை ஆராயத் தொடங்கினார்கள்.

அவர்களுக்கே வியப்புத் தாளவில்லை. அந்தப் பைக்குள் ஐந்து பதக்கங்கள் இருந்தன. வெவ்வேறு போட்டிகளில் சுனிதா வென்று வந்தவை அவை. எல்லாமே முதல் பரிசுகள்.

இத்தனை வெற்றிகளைக் குவித்து விட்டு வந்த போதும் மிகுந்த தன்னடக்கத்தோடு எதைப் பற்றியும் பெரிது படுத்திப் பேசாமல் சென்று விட்ட சுனிதாவின் குணம் பெற்றோரை ஆச்சரியப்பட வைத்தது.

சுனிதாவின் தன்னடக்கம் அவருக்கு அமைந்த அரிய பண்பாக இருந்தது. அதுவும் ஆறு வயதிலேயே இப்படி இருப்பது அரிதிலும் அரிதுதானே?

அறுபதுக்கு ஆறுதல் சொன்ன ஆறு

சுனிதாவின் பாட்டிக்குக் குழந்தை உள்ளம். எப்போதும் குழந்தைகளுடன் கொஞ்சிக் கொண்டிருப்பார். சுனிதா குடும்பத்தின் எந்தவொரு சிற்றுலாவுக்குச் சென்றாலும் பாட்டியும் தவறாமல் அதில் கலந்து கொள்வார்.

வயதும் உடல் நிலையும் குழந்தைகளுடன் போட்டி போட இயலாத நிலையை ஏற்படுத்தினாலும் பாட்டி எல்லா வகையான நிகழ்ச்சிகளிலும் கலந்து கொள்வார்.

அவரால் முடியாமல் போகும் நேரங்களில் சுனிதாதான் பெரிய மனுஷியைப் போல அவருக்கு உற்சாகம் ஊட்டுவார். ஆறுதல் சொல்வார். பாட்டியைத் தொடர்ந்து தங்களுடன் மலையேற்றம், பனிச் சறுக்கு போன்ற பொழுதுபோக்குகளில் கலந்து கொள்ளச் சொல்லி உற்சாகம் ஊட்டுவார்.

செல்லங்கள் ஏராளம்

சுனிதாவின் வீட்டில் செல்லப் பிராணிகளுக்குக் குறை வில்லை. பாண்ட்யாவும் தமது குழந்தைகளுக்கு விதவிதமான செல்லப் பிராணிகளை வாங்கிக் கொடுக்கத் தயங்க மாட்டார்.

சுனிதாவிற்கு ஐந்து வயது நடந்து கொண்டிருந்தபோது பாண்ட்யா ஒரு நாய்க் குட்டியை வாங்கி அவருக்குப் பரிசாக அளித்தார். கிறிஸ்துமஸ் பரிசாக அவருக்கு அளிக்கப்பட்ட அந்த நாய்க்குட்டியின் பெயர் லஸ்ஸீ.

மூன்று நிறங்களைக் கொண்டிருந்த இன்னொரு நாய்க்குட்டியும் சுனிதாவிடம் இருந்தது. அதற்கு பாஞ்ஜோ என்று பெயரிட்டிருந்தார் சுனிதா.

இந்த பாஞ்ஜோ என்ற பெயரை எப்படித் தேர்ந்தெடுத்தார் தெரியுமா? அம்மாவின் பெயர் போனி. பாட்டியின் பெயர் ஜோஸப்பின். இந்த இரண்டு பெயர்களையும் இணைத்து உருவாக்கியதுதான் பாஞ்ஜோ.

ஸ்வெட்லானா பயணம் செய்த விண்வெளிக் கலத்தின் பெயர் சல்யூட். 1982 ஆம் ஆண்டு இரண்டாவது பெண்மணியாக விண்வெளியில் பறந்தார் ஸ்வெட்லானா.

சின்ன வயதிலேயே செல்ல நாய்களை அக்கறையாகக் கவனித்துக் கொள்வார் சுனிதா. இந்தப் பழக்கம் கல்லூரி வாழ்க்கை வரை தொடர்ந்தது. கல்யாணத்திற்குப் பிறகும் கூட.

போனி ஒருமுறை ஸாஸ்ஸி என்ற நாயை வாங்கிப் பரிசாகக் கொடுத்தார். அது லாப்ரடார் இனத்தைச் சேர்ந்தது. அதன் குட்டி சிர்ப்பி. அது சாக்லேட் நிறத்தில் இருக்கும்.

சிர்ப்பி தனியாக இருக்கிறது என்று நினைத்தார் சுனிதா. அதற்குத் துணையாக டர்போ வந்து சேர்ந்தது. இது அவரது கணவருக்குப் பரிசாக அளிக்கப்பட்டது.

கோல் என்ற பெயரில் மற்றொரு நாயும் சுனிதாவிடம் இருந்தது. கோல் என்றால் நிலக்கரி. பெயருக்கு ஏற்றாற்போலவே அந்த நாய் கன்னங்கரேலென்று இருக்கும். இதை நாய் வளர்ப்புப் பண்ணை ஒன்றிலிருந்து தருவித்துக் கொடுத்தார் போனி. இதற்காக அவர் காட் முனைக்குச் சென்று வந்தார்.

சுனிதாவின் நாற்பதாவது கிறிஸ்துமஸ் பரிசாகவும் மஞ் சள் நிற எல்சி பரிசளிக்கப்பட்டது. இதையும் போனியே வாங்கிக் கொடுத்தார். இதுவும் காட் முனையிலிருந்த நாய்ப் பண்ணையிலேயே வாங்கப்பட்டது.

ஜாக் ரஸ்ஸல் டெரியர் இனத்தைச் சேர்ந்தது கோர்பி. இதைச் செல்லமாக சுனிதாவின் தவறு என்று குறிப்பிடுவார்கள். இது சுனிதாவுக்கு மிகவும் பிடித்தமான நாய். விண்வெளிப் பயணத்தின் போது தன்னுடன் சுனிதா எடுத்துச் சென்ற புகைப்படங்களுள் கோர்பியின் படமும் ஒன்று.

பதினோரு வயதில் சாதனை

சுனிதாவிற்கு எப்போதுமே துணிச்சல் அதிகம். எந்தவித இடையூறையும் பொருட்படுத்த மாட்டார். பதினோரு வயதான போது அவர் கலந்து கொண்ட போட்டி ஒன்று இதற்கு எடுத்துக்காட்டாக விளங்குகிறது.

பாஸ்டன் துறைமுக மராத்தான் நீச்சல் போட்டி என்று ஒரு போட்டிக்கு ஏற்பாடு செய்திருந்தார்கள். பாஸ்டன் கலங்கரை

விளக்கத்தில் இருந்து மீன் காட்சியகம் வரை கடலில் நீந்திச் செல்ல வேண்டிய போட்டி இது.

இடையில் இருந்த தொலைவு சுமார் இருபத்து மூன்று கிலோ மீட்டர்கள். பதினோரு வயதுக் குழந்தையால் இவ்வளவு நீண்ட தூரத்தை நீந்திக் கடக்க முடியுமா?

சுனிதா நீச்சலில் அளவுக்கதிகமான ஈடுபாடு கொண்டவர் இல்லையா? அவர் எடுத்துக் கொண்டிருந்த பயிற்சிகளும் ஏராளம். எனவே இந்தத் தொலைவு சுனிதாவுக்கு ஒரு தடையாகவே தோன்றவில்லை. நீந்திவிடுவேன் என்று சொன்னார்.

தன்னுடன் துணைக்கு ஜேவும் நீந்தி வந்தால் நன்றாக இருக்கும் என்று மட்டும் கருத்துத் தெரிவித்தார். ஜேவுக்கும் இதில் உடன்பாடுதான்.

இருந்தாலும் பாண்ட்யாவுக்கும் போனிக்கும் கொஞ்சம் தயக்கம்தான். கடலில் நீந்த வேண்டும். அதிகத் தொலைவு வேறு. அதையும் தவிர கடலில் எந்த நேரத்திலும் ஏதாவது விபத்து நேரலாம். பெரிய மீன்கள் தாக்கலாம். உயிருக்கே ஆபத்தாக முடிந்துவிடலாம்.

இளங்கன்று பயமறியாது என்பது போல் சுனிதா நீச்சல் போட்டியில் கலந்து கொண்டே தீருவேன் என்று பிடிவாதமாக இருந்தார்.

பெற்றோர்கள்தான் பதைத்துப் போனார்கள். எதற்கும் போட்டி நடக்க இருந்த இடத்தை ஒரு முறை ஆய்வு செய்து விடலாம் என்று தீர்மானித்தார்கள்.

படகில் ஏறிக் கொண்டார்கள். நீச்சல் போட்டியாளர்கள் பங்கேற்க வேண்டிய பாதையிலேயே படகைச் செலுத்திக் கொண்டு போனார்கள்.

வழியில் ஆங்காங்கே ஜெல்லி மீன்கள் தென்பட்டன. இவை மனிதர்களைத் தாக்கக் கூடியவை அல்ல. எனினும் இந்த மீன்கள் மனிதர்களின் மேல் ஒரு வகைத் திரவத்தைப் பீய்ச்சி அடித்துவிடுவது உண்டு.

இந்தத் திரவம் உடலில் பட்டால் தாங்க முடியாத அரிப்பு ஏற்படும். நமைச்சல் உண்டாகும். பெரிய தொல்லையாக இருக்கும்.

அமெரிக்கா தனது முதல் பெண் வீராங்கனையை 1983 ஜுன் 18 அன்றுதான் விண்வெளிக்கு அனுப்பி வைத்தது.

இப்படியொரு ஆபத்து இருக்கிறது என்பதை பாண்ட்யாவும் போனியும் கவனித்தார்கள். சுனிதாவோ அதைக் காதிலேயே போட்டுக் கொள்ளவில்லை. கண்டிப்பாகக் கலந்து கொண்டே ஆக வேண்டும் என்றார்.

மறுநாள் சுனிதாவும் ஜேவும் போட்டியில் கலந்து கொண்டார்கள். சுனிதாவுக்கு அதில் இரண்டாவது இடம்தான் கிடைத்தது. சுனிதாவின் வயதையும், கடக்க வேண்டி இருந்த தொலைவையும் வைத்துப் பார்க்கையில் இது ஒரு மாபெரும் சாதனை என்றே சொல்ல வேண்டும்.

முடியால் முடியாமல் போனது

சுனிதாவுக்கு அழகிய நீண்ட கூந்தல். இது அவருக்குப் பலவிதங்களில் சோதனையாக அமைந்தது உண்டு. சாதனை படைக்கவும் உதவியாக இருந்ததும் உண்டு.

உண்மையிலேயே மிக நீண்ட கூந்தலுக்குச் சொந்தக்காரர் சுனிதா. இதைப் பற்றி அவரது தாயாருக்கு மிகவும் பெருமை. சில நேரங்களில் இதுவே பெரிய தொந்தரவாகவும் இருந்தது உண்டு என்பார்.

சுனிதா தினமும் இரண்டு வேளை நீச்சல் பயிற்சி எடுத்துக் கொள்வார். தலையைத் துவட்டிக் கொள்ள நேரம் இருக்காது. எப்போதும் ஈரக் கூந்தலுடன் காணப்படுவார்.

அவசரம் அவசரமாகத் தலையின் மேற்பகுதியிலும் கூந்தலின் பக்கவாட்டிலும் துவட்டிக் கொள்வார். பின்புறச் சடை ஈரமாகவும் முடிச்சு விழுந்ததாகவும் நிற்கும்.

சிக்கலைப் பிரிக்கும் விதத்தில் தலையை வாரிவிட போனி முயல்வார். சுனிதாவுக்கு இது பிடிக்காது. தானே வாரிக் கொள்ள வேண்டும் என்பார். இந்த முடித் தொல்லையைத் தவிர வேறு எந்த விதத்திலும் சுனிதா தனது பெற்றோருக்குத் தொந்தரவாக இருந்தது இல்லை.

ஒரு முறை காட் முனைக்குச் சிற்றுலா செல்ல முடிவெடுத்திருந்தார்கள். அப்போது சுனிதாவின் தாயாருக்கு வேறு ஏதோ வேலை இருந்தது. எனவே அவர் உடன் வரவில்லை. பாண்ட்யா மட்டும் போயிருந்தார்.

சுனிதாவுடன் அவரது தோழிகள் நான்கு பேர் வந்திருந்தார்கள். ஒரே ஆட்ட பாட்டம்தான். மிகவும் இனிமையாகப் பொழுது போய்க் கொண்டிருந்தது.

அப்போது திடீரென்று பாண்ட்யாவிடமிருந்து தொலைபேசி அழைப்பு வந்தது. போனி எடுத்துப் பேசினார். பாண்ட்யா ரொம்பவும் கோபமாகப் பேசினார். ஏன்?

விளையாடச் சென்ற சுனிதாவும் அவரது தோழிகளும் முகாமுக்குத் திரும்பி இருக்கிறார்கள். அவர்களது உடலிலும் உடைகளிலும் நிறைய மணல் ஒட்டிக் கொண்டிருந்திருக்கிறது.

அப்படியே முகாமுக்குள் நுழைந்திருக்கிறார்கள். முகாமுக்குள் எல்லா இடங்களிலும் ஒரே மணல். பெரிய தொல்லை. எத்தனை முறை கூட்டிப் பெருக்கித் தள்ளினாலும் மணலால் ஏற்பட்ட தொல்லை சகிக்க முடியாததாக இருந்தது. இதனால் பாண்ட்யா எரிச்சலுற்றார்.

சுனிதா செய்யும் சுட்டித் தனத்தை போனிக்குத் தெரிவித்தார். இனிமேல் இவர்களை எங்கும் கூட்டிக் கொண்டு போவதாக இல்லை என்று கண்டிப்பாகச் சொன்னார்.

அதற்கு ஏற்ற மாதிரியே இன்னொரு நிகழ்வும் நடந்தது. முகாமில் காலைச் சிற்றுண்டியைத் தயாரிக்க முற்பட்டார் சுனிதா.

சுனிதாவின் கூந்தல் நீளமானது. அலை பாய்ந்து கொண்டிருந்தது. புரண்டு விழுந்து கொண்டிருந்த கூந்தலைப் பொருட்படுத்தாமல் உணவு தயாரிக்கும் வேலையிலேயே முழுக் கவனத்தையும் செலுத்திக் கொண்டிருந்தார் சுனிதா.

சேலஞ்ஜர் என்ற விண்கலத்தில் ஸாலி ரைட் என்ற பெண்மணி அமெரிக்காவிலிருந்து முதன் முதலாக விண்வெளிக்கு அனுப்பி வைக்கப்பட்டார்.

அடுப்பில் வெந்து கொண்டிருந்த உணவைப் புரட்டிப் போடுவதில் தீவிரமாக இருந்தார். சற்றும் எதிர்பாராதவிதமாக அவரது கூந்தலில் தீப்பற்றிக் கொண்டது. எப்படியோ சுனிதா அந்த விபத்தில் இருந்து தப்பித்துவிட்டார்.

இனிமேல் கண்டிப்பாக எங்கும் வெளியில் அழைத்துச் செல்ல மாட்டேன் என்று பாண்ட்யா கூறுவதற்கு இதுவும் ஒரு காரணமாகப் போய்விட்டது.

நடுங்கும் குளிரில் நடந்த கதை

மெய்ன் பகுதிக்குச் சுற்றுலா போயிருந்தார்கள் சுனிதா குடும்பத்தினர். வெளியில் வெயில் அனல் அடித்துக் கொண்டிருந்தது.

இப்படி வெயில் கொளுத்தும் நேரத்தில் தண்ணீரில் நீந்துவது சுகமான அனுபவமாக இருக்கும். போனியின் உறவுப் பெண் குழந்தைகள் சிலரும் உடன் வந்திருந்தார்கள்.

எல்லாரும் நீச்சல் அடிப்பது என்று தீர்மானித்தார்கள். தண்ணீருக்குள் இறங்கி நீச்சலடித்தபடியே ஒரு தீவைக் கடப்பது என்று முடிவு செய்தார்கள்.

வந்திருந்த அத்தனை பேரும் நீச்சலடிக்கப் போய்விட்டால் துணி மணிகளைப் பார்த்துக் கொள்ள ஆள் வேண்டும் இல்லையா? அதற்கு வசமாக மாட்டிக் கொண்டவர் பாண்ட்யாதான்.

எல்லாரும் தங்களது ஆடைகளையும் காலணிகளையும் அவரிடம் ஒப்படைத்துவிட்டு நீச்சல் உடையுடன் ஓடிப் போனார்கள். தண்ணீரில் முதலில் குதித்தவர் ஜே.

அடுத்து தினா. அப்புறம் சுனிதா. அவர்களைத் தொடர்ந்து உறவுக்காரக் குழந்தைகள். இவர்கள் எல்லாரும் பத்திரமாக நீந்துகிறார்களா என்று பார்ப்பதற்காக போனியும் தண்ணீரில் இறங்கிவிட்டார்.

ஏறக்குறைய ஒரு மணி நேரத்திற்கு மேல் இருக்கும். வெயில் கடுமையாக இருக்கிறதே என்று தண்ணீரில் விழுந்தவர்களுக்கு ஒரே அதிர்ச்சி. தண்ணீர் பனிக்கட்டியைப் போல் இருந்தது. பற்களைக் கிட்டியது. தண்ணீரின்

குளிர்ச்சி தெரியாமல் குதித்துவிட்டோமே என்று யோசிக்க வைத்தாலும் அவர்கள் எல்லாருமே மகிழ்ச்சியோடு ஆட்டம் போட்டார்கள்.

பாண்ட்யாதான் பாவம். உடைகளையும் காலணிகளையும் காவல் காத்துக் கொண்டு உட்கார்ந்திருந்தார்.

கடைசியில், நீச்சலடிக்கப் போன எல்லாரும் வெறும் கால்களுடனும் நீச்சல் உடையுடனும் திரும்பி வந்து தங்கள் உடைமைகளை வாங்கிக் கொள்ளும் வரை பாண்ட்யா காவல் பொறுப்பை ஏற்றிருந்தார்.

இதை எப்போது பார்த்தாலும் சொல்லிச் சொல்லிச் சிரிப்பார்கள் அவர்கள்.

சாதனைச் சறுக்கல்

சாதனை படைப்பதில் வயது ஒரு தடையாக இருக்க முடியாது. சுனிதா இதைப் பலமுறை நிரூபித்திருக்கிறார். இதில் தமது பாட்டியையும் அவர் இணைத்துக் கொண்டது இன்னொரு இனிய நிகழ்ச்சி.

தரை முழுவதும் பனி கட்டியாக உறைந்துவிடுவது குளிர் காலங்களில் பல இடங்களில் இயல்பாக நடக்கக் கூடியது. அமெரிக்காவின் நியூஹாம்ப்ஷயர் பகுதியில் குளிர் காலம் வந்து விட்டால் இப்படி ஆகிவிடும்.

படர்ந்து கிடக்கும் பனியின் மேல் சறுக்கி விளையாடு வதற்காகச் சுற்றுலாப் பயணிகள் கூடுவார்கள். பலவிதப் போட்டிகளும் இங்கு நடத்தப்படும்.

சிலர் நீண்ட தூரம் பனிக்கட்டியின் மேல் சறுக்கிச் செல்ல முயற்சிப்பார்கள். வேறு சிலர் மலைப் பகுதிகளில் தலைகீழாகப் பாய்ந்து செல்ல முயற்சிப்பார்கள். எல்லாமே வீர விளையாட்டுத்தான்.

இம்மாதிரியான பொழுதுபோக்குகளில் பாண்ட்யாவின் குடும்பம் மொத்தமும் ஆர்வமாகக் கலந்து கொள்ளும். இவர்கள் இத்தகைய நிகழ்ச்சிகளில் பங்கேற்கிறார்கள் என்றால் போனியின் தாயாரும் போட்டி போட்டுக் கொண்டு வந்து முன்னால் நிற்பார்.

1986 இல் உலகின் முதல் விண்கல விபத்து ஏற்பட்டது. அமெரிக்கா அனுப்பி வைத்த சேலஞ்ஜர் விண்ணில் கிளம்பிய சிறிது நேரத்திற்கெல்லாம் வெடித்துச் சிதறியது.

வயது முதிர்ந்த நிலையிலும் பாட்டிக்கு உற்சாகம் குறையாது. சுனிதாவும் பாட்டியும் நீண்ட தொலைவு சறுக்கிச் செல்வதென முடிவெடுத்தார்கள். மற்றவர்கள் மலையின் மேலிருந்து கீழே சறுக்குவதில் ஆர்வம் காட்டினார்கள்.

ஆகவே இரண்டு குழுவினரும் வெவ்வேறாகப் பிரிந்து சென்றுவிட்டார்கள். ஜே, தினா, சுனிதா, பாட்டி ஆகியோர் கொண்ட குழு சறுக்கிச் சென்று கொண்டிருந்தது. பாண்ட்யாவும் போனியும் மலையிலிருந்து இறங்கிக் கொண்டிருந்தார்கள்.

வெகு நேரம் பாட்டியின் தலைமையிலான குழு உற்சாக மாக ஓடிக் கொண்டிருந்தது. எதிர்பாராத ஒரு நொடியில் பாட்டி நிலைதடுமாறி விழுந்து விட்டார். அவரது விரல் ஒன்று உடைந்து போய்விட்டது.

உடன் வந்தவர்கள் எல்லாருமே குழந்தைகள்தானே? அவர்களால் பாட்டிக்குப் பெரிய அளவில் உதவி எதையும் செய்ய முடியவில்லை. அவர்கள் பதைபதைத்துப் போய் நின்று கொண்டிருந்தார்கள்.

பாட்டியின் வயதையும் அவருடன் வந்திருந்த சுனிதாவின் வயதையும் ஒப்பிட்டுப் பார்த்தார் பத்திரிகைப் புகைப்படக்காரர். தலைமுறை இடைவெளி கடந்து இந்தப் பாட்டியும் பேத்தியும் நெடுந்தொலைவு சறுக்கி வந்திருப்பது அவருக்கு வியப்பை ஏற்படுத்தியது. உடனே அவர்களைப் படம் எடுத்துக் கொண்டார்.

பாட்டியும் பேத்தியும் பனிச் சறுக்கு விளையாட்டில் சாதித் தது படத்துடன் செய்தித்தாள்களில் வெளியானது. விரல் ஒடிந்த நிலையிலும் பாட்டி இந்தப் படங்களைப் பார்த்து பலமாகச் சிரித்து மகிழ்ந்தார்.

வீர விளையாட்டு

மலையேறும் பயிற்சி பெற்றிருந்தார் சுனிதா. உயரமான மலைச் சிகரங்களில் ஏறுவது அவருக்கு மிகவும் பிடிக்கும். இது ஆபத்து நிறைந்த விளையாட்டுதான். இருப்பினும் இதில் சுனிதாவிற்கு ஆர்வம் அதிகம்.

மலையேறுவது என்பது சுனிதாவுக்குப் பிடித்த பொழுதுபோக்கு என்பதால் நேரம் கிடைக்கும் போதெல்லாம் அவர் மலையேறக் கிளம்பிவிடுவார்.

மெய்ன் பகுதியில் அப்பலேச்சியன் மலைகள் அமைந்திருக்கின்றன. உயரமான இந்த மலையின் கடைசி *150* கிலோ மீட்டர்களைக் கடப்பது என்று முடிவு செய்தார் சுனிதா. தனக்குத் துணையாக தினாவையும் சேர்த்துக் கொண்டார்.

தாம் நினைத்தபடியே அந்தத் தொலைவைக் கடந்து முகாமிட்டுத் தங்கி இருந்தார். இது சுனிதாவின் வாழ்க்கையில் குறிப்பிடத்தக்க சாதனையாகும்.

உடல் திறம் மிக்க ஆண்கள் கூட இந்த மலையின் மேல் ஏறுவதற்கு யோசிப்பார்கள். தயங்குவார்கள். சுனிதா இதைப் பற்றியெல்லாம் அலட்டிக் கொள்ளமாட்டார். தினாவை சுனிதா உற்சாகப்படுத்துவார். தினா சுனிதாவுக்கு ஊக்கம் ஊட்டுவார்.

இந்த இரண்டு பேருமே அப்பலேச்சியன் மலைகளின் மேல் ஏற முடிவெடுத்தபோது அவர்கள் ஒருவருக்கொருவர் உற்ற துணையாக இருந்து வெற்றிகரமாக அந்தப் பயணத்தை முடித்தார்கள். இதற்கு அவர்களுக்கு வெறும் ஒன்பது நாட்களே தேவைப்பட்டது என்பதும் மற்றொரு சாதனையாக விளங்குகிறது.

ஜேயால் ஏற்பட்ட சிக்கல்

மேடனாக் என்று ஒரு மலைப் பகுதி. மஸாசூயஸட்சின் மேற்குப் பகுதியில் அமைந்திருப்பது. இங்கு மலையேறும் முயற்சியை மேற்கொள்வது என்று முடிவெடுத்தார் பாண்ட்யா.

வழக்கம்போல் குடும்பத்தினரையும் உடன் அழைத்துச் செல்ல முடிவெடுத்தார். அப்போதுதான் முதல் முறையாக அவர்கள் முகாமுக்குத் தேவைப்படும் கூடாரம் ஒன்றை வாங்கி இருந்தார்கள்.

புதிய அனுபவம் மகிழ்ச்சிகரமாக இருக்கும் என்ற எதிர்பார்ப்போடு கிளம்பிப் போனார்கள். வெகு நேரமாகியும்

கிறிஸ்டா மெக் ஆலிப். சேலஞ்ஜர் விண்கலத்தில் பயணம் செய்து உயிர் நீத்த முதல் பெண்மணி.

போய்ச் சேர வேண்டிய இடம் வரவில்லை. இரவும் ஆகிவிட்டது.

முதன்முதலாக வாங்கிய கூடாரம். இருட்டு வேறு. கூடாரத்தை எப்படி இணைத்துப் பொருத்துவது என்பதில் பெரும் சிக்கல் ஏற்பட்டுவிட்டது. யாரிடமும் கை விளக்கு கூட இருக்கவில்லை.

இந்த நிலையில் பயண வழிகாட்டி ஒருவரின் உதவி கிடைத்தது. அவரிடம் கை விளக்கு இருந்தது நல்லதாகப் போயிற்று. அந்த வெளிச்சத்தின் துணை கொண்டு ஒருவழியாகக் கூடாரத்தை இணைத்து முடித்தார் பாண்ட்யா.

மறுநாள் காலையில் மலைமேல் ஏறத் தொடங்கலாம் என்று தெரிவித்திருந்தார் பாண்ட்யா. இந்தப் பயணத்தின் போது சுனிதாவின் பாட்டியும் உற்சாகமாகக் கலந்து கொண்டிருந்தார். அவருக்கு இது போன்ற நிகழ்ச்சிகளில் மிகுந்த ஈடுபாடு இருந்தது.

பொழுது விடிந்ததும் இந்தக் குழு மலைமேல் ஏறத் தொடங்கியது. ஜே எல்லாருக்கும் முன்பாகத் தோள்பையைச் சுமந்து கொண்டு போய்க் கொண்டு இருந்தான். மற்றவர்களை விட்டுவிட்டுத் தான் மட்டும் முந்திச் செல்வதில் ஜே குறியாக இருந்தான். இதற்காக ஜேயைப் பாராட்டுவார்கள் என்று அவன் எதிர்பார்த்திருக்க வேண்டும். ஆனால் நடந்தது வேறு.

ஜேயை எல்லாரும் திட்டித் தீர்த்தார்கள். இந்தப் பையன் இப்படிப் பண்ணிவிட்டானே என்று சலித்துக் கொண்டார்கள். ஏன் தெரியுமா?

ஜே வைத்திருந்த பையில்தான் உணவுப் பொருட்கள் இருந்தன. எல்லோருக்குமான குடிநீரும் அதில்தான் இருந்தது. மலையேறும் போது குடிப்பதற்குக் கூடத் தண்ணீர் இல்லை என்றால் எத்தனை பெரிய அவதி? இதை அனுபவித்துப் பார்த்தவர்களுக்கே அதிலுள்ள சிரமம் புரியும்.

கொஞ்சம் மெதுவாகப் போ.. நாங்களும் சேர்ந்து கொள்கிறோம் என்று பின்னால் வந்தவர்கள் கத்தியதை ஜே

காதில் வாங்கிக் கொள்ளவே இல்லை. அவன் பாட்டுக்குப் போய்க் கொண்டே இருந்தான்.

இனி ஜேயை நம்பிப் பயனில்லை என்று ஆகிவிட்டது. தாகம் தொண்டையை வற்றச் செய்தது. இனி இதற்கு மேல் நடக்க முடியாது என்று சிலர் களைத்துப் போய் உட்கார்ந்து விட்டார்கள்.

தாகத்திற்கு என்ன செய்வது என்று அவர்கள் யோசித்துக் கொண்டிருந்த போது ஒரு ஓடை கண்ணில்பட்டது. வேறு வழி இல்லாமல் அந்த ஓடைத் தண்ணீரைக் குடித்துக் களைப் பைப் போக்கிக் கொண்டு மேலே நடந்தார்கள். ஜேவுக்கு இது எதுவும் தெரியாது.

ஒரு மலையைக் கீழிருந்து பார்க்கும்போது சட்டென்று அந்த மலையின் உச்சிக்குச் சென்று விடலாம் என்றுதான் எல்லாரும் நினைப்பார்கள். சாதாரணமாகப் பார்க்கும் போது அதன் உயரம் குறைவாகவே இருப்பது போல் தோன்றும். நடந்து போனால்தான் அதன் தூரம் எவ்வளவு என்பது தெரியும். அந்தத் தொலைவானது ஒருவரின் மன உறுதியைக் குலைப்பதாக இருக்கும்.

அப்படித்தான் அவர்களுக்கும் நேர்ந்தது. தொடர்ந்து ஏறிச் சென்று கொண்டே இருந்தார்கள். மலை உச்சி வருகிற வழியாய்க் காணோம். சலித்துப் போனார்கள். பட்டினி யாக இருப்பது வேறு மேலும் சோதனை தரும் விசயமாக இருந்தது.

இன்னும் எவ்வளவு தொலைவு போக வேண்டுமோ? என்ற மலைப்பு மனதில் தோன்றியது. மலை உச்சியை அடைந்தவர்கள் கீழே இறங்கி வந்து கொண்டிருந்தார்கள். அவர்களை இவர்கள் விசாரிப்பார்கள். இன்னும் எவ்வளவு தொலைவு என்று கேட்பார்கள்.

இறங்கி வருபவர்களும் இதோ..கொஞ்ச தூரம்தான்.. நெருங்கி விட்டீர்கள் என்பது மாதிரிப் பதில் சொல்லிவிட்டு இறங்கிப் போய்க் கொண்டிருந்தார்கள். கொஞ்ச தூரம் என்று அவர்கள் குறிப்பிட்டதே எவ்வளவோ தூரமாகத் தோன்றியது சுனிதாவின் குடும்பத்தினருக்கு.

கிறிஸ்டா மெக் ஆலிப் விண்வெளிப் பயணத்தில் மரணமடைந்தபோது அவரிடம் பயின்றவர்கள் அடைந்த சோகமும் திகிலும் என்றென்றும் மறக்க முடியாதவை.

பாட்டி ரொம்பவும் களைத்துப் போய்விட்டார். போதும் போதும்..இதற்கு மேல் என்னால் ஒரு எட்டுக் கூட எடுத்து வைக்க முடியாது என்று உட்கார்ந்து விட்டார். அவருடைய வயதிற்கு இவ்வளவு தொலைவு வந்ததே அதிகம்.

பாட்டியை உற்சாகப்படுத்தும் வேலையில் சுனிதாவும் தினாவும் இறங்கினார்கள். இதோ வந்து விட்டோம் பாட்டி.. இன்னும் கொஞ்ச தூரம்தான் என்று அவர்களும் சொல்ல ஆரம்பித்ததைக் கேட்டுப் பாட்டிக்கே சிரிப்பு வந்துவிட்டது. சரி.. அந்தக் கொஞ்ச தூரத்தை விடுவானேன் என்று எழுந்து கொண்டார்.

ஒருவழியாக அவர்கள் மலை உச்சியை அடைந்தார்கள். அலுத்துச் சலித்து எல்லாரும் அங்கு வந்து சேர்ந்தால் ஜே உற்சாகமாக அங்கே உட்கார்ந்திருக்கிறான். இப்படியா எல்லாரையும் பட்டினி போடுவது என்று பாண்ட்யா அவனைக் கடிந்து கொண்டார்.

நீங்கள் இப்படித் தவித்துப் போவீர்கள் என்று எனக்குத் தோன்றவில்லை. .மன்னித்துக் கொள்ளுங்கள் என்று சொன்னான் ஜே.

சின்னச் சின்ன ஆசை

உணவு என்று வந்துவிட்டால் சுனிதாவுக்கு அதுபற்றிய சின்னச் சின்ன ஆசைகள் அதிகம். ஸ்பாகெட்டி வகைக் கஞ்சி அவருக்கு மிகவும் பிடிக்கும். கறி உருண்டைகளும் அவருக்கு விருப்பமானவை.

நிலக்கடலையிலிருந்து தயாரிக்கப்படும் வெண்ணெயை விரும்பிச் சாப்பிடுவார். பிட்ஸா, பனிக் குழைவு, மக்ரோனி வகைச் சேமியா, பாலாடைக்கட்டி முதலியவையும் சுனிதா வுக்கு விருப்பமானவைதான்.

தக்காளி வடிசாறு, வெண்ணெய் முதலியவற்றையும் எடுத்துக் கொள்வார். சால்மன் மீன்களும் பிடிக்கும். இந்திய உணவு வகைகள் பலவும் கூட சுனிதாவுக்கு விருப்பமானவையே. சமோசா, குலாப் ஜாமுன், பழக் கலவை, ஊறுகாய், காதி பக்கோடா, பானி பூரி, பருப்பு தோக்ரி, சேவை, ரச மலாய், சப்ஜி, ரொட்டி, நான் ,

பரோட்டா போன்ற அனைத்து வகைகளையும் விரும்பிச் சாப்பிடுவார்.

பிற இந்திய இனிப்பு வகைகளையும் சுனிதா விரும்பி உண்பார். போனி எல்லா வகையான இந்திய உணவுத் தயாரிப்புகளையும் சமைக்கக் கற்றுக் கொண்டிருந்தார். உணவுப் பொருட்களைத் தயாரிப்பதில் அவருக்கு இருந்த பரம்பரைத் திறமையும் இதற்கு வெகுவாக உதவிற்று.

பள்ளிப் பருவம்

ஒவ்வொருவரும் வாழும் சூழ்நிலை அவர்களது வாழ்க்கைப் பாதையில் முக்கிய இடம் வகிக்கிறது. சுனிதாவுக்கும் அப்படித்தான் நேர்ந்தது. அப்போது அவர்கள் நீதம் பகுதியில் வசித்துக் கொண்டிருந்தார்கள்.

பாஸ்டன் நகரை ஒட்டி இருந்த பகுதி என்பதால் ஏறக்குறைய நகர்ப்புற வாழ்க்கைதான். அந்தப் பகுதியிலேயே பிறந்து வளர்ந்தவர்களைப் போலவே சுனிதாவும் நடந்து கொண்டார்.

மஸாசூயஸட்ஸ் பகுதியைச் சேர்ந்தவர்கள் சாதாரணமாகவே வேகமாகப் பேசுவார்கள். இந்தப் பழக்கம் சுனிதாவுக்கும் ஒட்டிக் கொண்டது.

பாஸ்டன் பகுதியைச் சுற்றிலும் நல்ல பல கல்வி நிலையங்கள் இருந்தன. அங்குள்ள யாரைப் பார்த்தாலும் பெரிய படிப்புப் படிப்பவர்களைப் போலவே அவர்களெல்லோரும் தோன்றுவார்கள். சுனிதாவும் அத்தகையவர்களுள் ஒருவராகத் தன்னை எண்ணிக் கொள்வார்.

படித்து முடித்த பின் வேலை தேடுவதும் அந்தப் பகுதியில் எளிதாக இருந்தது. ஒருவருடைய விருப்பம் எதுவாக இருக்கிறதோ அந்தத் துறையைத் தேர்ந்தெடுத்துப் படித்து வேலை பெறப் பல வாய்ப்புகள் கிடைத்தன.

விண்வெளிப் பயணத்திற்கான போட்டி கடுமையானது. 1980 களில் 8000 பேர் விண்ணப்பித்ததில் 35 பேர் மட்டுமே தேர்ந்தெடுக்கப்பட்டார்கள்.

சுனிதா நீதம் உயர்நிலைப் பள்ளியில் படித்து வந்தார். 1983 ஆம் ஆண்டு உயர்நிலைப் பள்ளிப் படிப்பு முடிந்தது. கணிதத்திலும் அறிவியலிலும் நல்ல மதிப்பெண்களைப் பெற்று அவர் தேர்ச்சி பெற்றிருந்தார்.

இதைப் பற்றிக் கேட்டால் நான்தான் முதல் மாணவி என்று சொல்வதற்கில்லை.. இருந்தாலும் பரவாயில்லை என்று மதிப்பிடலாம் என்று கூறுவார் சுனிதா. இது சுனிதாவின் தன்னடக்கத்தால் அவரிடமிருந்து வெளிவரும் வார்த்தைகள்.

உண்மையில் அவர் நல்ல தரத்துடனேயே பல பாடங்களில் தேர்ச்சி பெற்றிருந்தார். முதல் மாணவி என்று சொல்லத் தக்க தகுதிகள் அவருக்கு இருந்தன. படிப்பைப் தவிர பிற துறைகளிலும் சாதனைகள் படைத்திருந்தார். குறிப்பாக நீச்சல் போட்டிகளில் பரிசுகளைக் குவித்திருந்தார். நூற்றுக் கணக்கான சான்றிதழ்களையும் கோப்பைகளையும் அவர் வென்றிருந்தார்.

சுனிதா தங்கள் அணியில் இடம் பெற்று விட்டாலே போதும்.. நிச்சய வெற்றிதான் என்று உடன் படிக்கும் மாணவிகள் போட்டி போட்டுக் கொண்டு சுனிதாவைத் தங்கள் அணியில் சேர்த்துக் கொள்ள விரும்புவார்கள்.

நீதம் பள்ளி அணி பல போட்டிகளில் வெற்றிகளைக் குவிக்கக் காரணமாக இருந்தவர் சுனிதா. இத்தாலி, கனடா, மெக்சிகோ போன்ற வெளிநாடுகளுக்கும் அந்த அணி சென்று வென்று வந்தது. உயர்நிலைப் பள்ளியில் படித்துக் கொண்டு இருந்த இளம் வயதிலேயே இத்தகைய சாதனைகளைச் செய்வது என்பது கடினம். ஆனால் அது சுனிதாவிற்கு எளிதாக இருந்தது.

தொண்டு செய்யத் துடிப்பு

சுனிதா எப்போதுமே பிறருக்கு உதவுவதில் ஆர்வம் காட்டக் கூடியவராக இருந்தார். சிறுமியாக இருந்த போதிலிருந்தே அவருக்கு இந்த குணம் இருந்தது. சமுக சேவைகளில் ஈடுபடும் தன்னார்வத் தொண்டராக அவர் தன்னை எந்த அணியுடனாவது இணைத்துக் கொள்வார்.

விரும்பிச் செய்யும் தொண்டிலும் தமக்கு விருப்பமான துறையையே தேர்ந்தெடுத்துக் கொண்டார். நீச்சல் கற்றுத் தரும் பயிற்சியாளராகச் சேவை செய்ய அவர் முன்வந்தார்.

இயலாக் குழந்தைகளுக்கு நீச்சல் கற்றுக் கொடுக்கும் பணியில் அவருக்கு அளவற்ற விருப்பம் இருந்தது. சாரண இயக்கத்திலும் நீலப் பட்சியாக அவர் சேவை செய்திருக்கிறார்.

பல்வேறு தொண்டு நிறுவனங்களுக்கு நிதி திரட்டித் தருவதிலும் சுனிதா எப்போதும் முன்னணியில் நிற்பார். நீச்சல் போட்டிகள், நடைப் போட்டிகள் போன்றவற்றை ஏற்பாடு செய்து அதன் மூலம் நிதி திரட்ட நினைக்கும் தொண்டு நிறுவனங்களுக்கு எப்போதும் சுனிதாவின் ஆதரவு உண்டு.

முடி துறந்த அரசி

யார் யாரோ எது எதற்காகவோ தங்களது முடியைத் துறப்பார்கள். சுனிதா தனது அழகான, நீளமான கூந்தலை எதற்காகத் துறந்தார் என்பதைக் கேட்டால் உங்கள் விழியோரங்களில் ஒரு சொட்டுக் கண்ணீர் உருவாவதைத் தடுக்க முடியாது.

அப்படி உருவாகவில்லை என்றால் என்று கேள்வி கேட்கிறவர்கள்? தொண்டு என்றால் என்ன என்பதையே அறியாதவர்கள்.

புற்று நோயின் கொடுமையைப் பற்றித் தெரியாதவர்கள் யார் இருக்கிறார்கள்? இந்த நோயால் ஏற்படும் பாதிப்பை விடவும் இதற்கான சிகிச்சையால் ஏற்படும் துன்பங்கள் அதிகம்.

பெண்களுக்கு அழகு பெருங் கூந்தல். அந்தக் கூந்தல் முழுமையாகக் கொட்டிப் போகும் வகையில் தீவிரமாகச் செயலாற்றக் கூடியது புற்றுநோய்க்கான சிகிச்சை. இதனால்

அமெரிக்க விண்வெளி ஆய்வு முகமை முதன் முதலில் தேர்ந்தெடுத்த 35 பேர்களில் ஆறு பேர் மட்டுமே பெண்கள். அவர்களில் ஸாலி ரைடும் ஒருவர்.

தலைமுடியை இழந்து வெளியில் தலைகாட்டவே அஞ்சும் பேதையர்கள் பெரும் எண்ணிக்கையில் இருக்கிறார்கள்.

இவர்களுக்கு மறு வாழ்வு அளிப்பதற்காகவே லாக்ஸ் ஆப் லவ் என்ற அமைப்பு செயல்படுகிறது. கூந்தலைத் தானமாகத் தருபவர்களிடம் அதைப் பெற்றுக் கூந்தலை இழந்த பெண்களுக்கு அளிப்பது இந்தத் தொண்டு நிறுவனத்தின் வேலை.

இதைப் பற்றிக் கேள்விப்பட்டிருக்கிறார் சுனிதா. அவரது தோழி ஒருவரும் இந்த நல்ல காரியத்திற்காக அவரது கூந்தலை அளித்திருந்தது சுனிதாவைக் கவர்ந்தது.

தனது கூந்தலையும் கொடையாகக் கொடுக்க முடிவெடுத்தார் சுனிதா. விண்வெளியில் பறக்க இருப்பவர்கள் ஒன்றாக நின்று படம் எடுத்துக் கொள்ளும் நிகழ்ச்சி.

எடையற்ற நிலையில் மிதந்து கொண்டு இருந்தவர்களை இழுத்துப் பிடித்து நிறுத்திப் படமெடுக்க வேண்டி இருந்தது.

தனக்கு இத்தனை நீண்ட கூந்தல் அவசியமில்லை. தவிரவும் விண்வெளிப் பயணத்தின் போது அது பெரும் தொல்லையாகவும் இருக்கக் கூடும். காற்றில் அலைபாய்ந் தால் அது மற்றவர்களுக்கு இடைஞ்சலை ஏற்படுத்தலாம்.

இத்தனை தொல்லைகளுக்குக் காரணமாக இருக்கும் கூந்தலை நன்கொடையாகக் கொடுப்பதில் தப்பென்ன? தான் ஆரோக்கியமாக இருப்பதால் விரைவில் இந்த முடி மீண்டும் வளர்ந்து விடப் போகிறது. இப்படி நினைத்தார் சுனிதா.

அந்தக் கணமே சுனிதா தன்னுடன் பயணம் செய்பவரான ஜோவன் ஹிக்கின்பாதம்ஸை அழைத்தார். முதல் வேலையாகத் தமது கூந்தலை வெட்டி எடுக்கச் சொன்னார். லாக்ஸ் ஆப் லவ் அமைப்பிற்கு அளிக்கச் செய்தார்.

பிடித்ததும் பிடிக்காததும்

ஜேவுக்கும் தினாவுக்கும் வயது வித்தியாசம் ரொம்பவும் குறைவு. பதின் மூன்று மாத இடைவெளிதான். இதனால் அவர்கள் ஒருவருக்கொருவர் அடித்துக் கொள்வதும் சண்டையிட்டுக் கொள்வதும் நடக்கும்.

தினாவுக்குப் பின் மூன்று வருட இடைவெளி கழித்துப் பிறந்தவர் சுனிதா. இதனால் ஜேவையும் தினாவையும் அவர் பெரிதும் மதித்தார். அவர்களுடன் நட்பாகப் பழகினார்.

மூன்று குழந்தைகளுமே நல்ல பாசத்தோடு வளர்ந்தார்கள். கடினமாக உழைத்துப் படித்தார்கள். நேரத்தை ஒரு பொழுதும் வீணாக்க மாட்டார்கள். படிப்பு, நீச்சல் போட்டிகள் இதைத்தவிர வேறு எதற்கும் அவர்கள் நேரம் ஒதுக்கியது கிடையாது.

சுனிதா வயதை ஒத்த குழந்தைகள் திரைப்படங்களை விரும்பிப் பார்ப்பார்கள். சுனிதாவின் விருப்பம் அவர்களிடமிருந்து வேறுபட்டிருந்தது. அதிரடி ஆர்ப்பாட்டங்கள் நிறைந்த படங்களை சுனிதா பார்க்க விரும்ப மாட்டார்.

குழந்தைகளுக்கான படங்கள் அவருக்கு விருப்பமானவை. விலங்குகள் இடம் பெறும் படங்களை விட மாட்டார். குழந்தைகளுக்குத் தேவையான பல நல்ல விசயங்களைச் சொல்ல இது ஏற்ற வழி என்று கருதுவார்.

பிற குழந்தைகளுக்கு நன்மை தரும் கருத்துகளைத் தெரிவிப்பதை சுனிதா ஒரு லட்சியமாகவே கொண்டிருந்தார்.

ஸாலி ரைட் ஸ்டான்ஃபோர்ட் பல்கலைக் கழகத்தில் நான்கு பட்டங்களைப் பெற்றவர்.

சுனிதா வில்லியம்ஸ்

விண்வெளி வீராங்கனையாகிப் பறந்து கொண்டிருந்த நேரத்திலும் குழந்தைகள் கேட்ட பல கேள்விகளுக்கு அவர் பயனுள்ள அறிவுரைகளை வழங்கினார்.

விண்வெளியில் தங்கி இருந்த போது சுனிதா பல சின்னச் சின்ன ஆசைகளுக்காக ஏங்கினார். மழையைப் பார்த்துக் கொண்டே இருப்பது அவருக்குப் பிடிக்கும்.

நீச்சல் அவரது உயிர். ஏரியோ, குளமோ, கடலோ நீச்சல் இல்லாத வாழ்க்கை என்ன வாழ்க்கை? குறைந்தபட்சம் குழாயிலிருந்து தூவும் தண்ணீராவது உடலில் பட்டால் நல்லது என்று எண்ணுவார். அதற்கெல்லாம் விண்வெளியில் ஏது வழி?

விண்வெளியில் பறக்கும்போது ரொம்பவும் அழுக்காக இருப்பது போன்ற உணர்வு ஏற்படுவதைத் தவிர்க்க முடியாது. விருப்பப்படி தண்ணீர் ஊற்றிக் குளிக்க அங்கு வசதி இருக்காது.

எடையற்ற நிலையில் உங்களது வியர்வை உடலில் ஒட்டிக் கொண்டே இருக்கும். கீழே விழாது. வியர்வையின் சில பல துளிகள் ஒன்றாகத் திரளும். உடலைக் குலுக்கி உதறிவிட்டால் எங்காவது மிதந்து போய் எதன் மீதாவது மோதி உடையும்.

விண்வெளியில் குளிப்பது என்பது பஞ்சைக் கொண்டு உடலை ஒற்றி எடுத்துக் கொள்வதுதான். சுனிதா போன்ற நீச்சல் ஆர்வம் மிக்க ஒருவருக்கு இந்த ஒத்தடக் குளியல் நிறைவு தருமா?

எப்போது வீடு திரும்புவோமா என்ற எண்ணம் அடிக்கடி தலை தூக்கும். பொறுத்துக் கொண்டுதான் இருந்தாக வேண்டும்.

பல ஆண்டுகளுக்கு முன் அப்பல்லோ விண்கலங்களில் சென்றவர்களுக்கு எவ்வளவு வெறுப்பாக இருந்திருக்கும் என்று நினைத்துப் பார்ப்பார்.

நிலவையே சுற்றிச் சுற்றி வருவார்கள். ஆனால் நிலவில் இறங்க முடியாது. இப்படியொரு நிலையில் அவர்கள் ரொம்பவும் மனம் வெறுத்துப் போயிருக்க வேண்டும் என்று எண்ணிக் கொள்வார்.

ஆங்கிலம், அறிவியல் ஆகியவற்றில் இளநிலைப் பட்டம். இயற்பியலில் முதுநிலை மற்றும் முனைவர் பட்டம். இத்தகைய தகுதிகளைக் கொண்டிருந்தார் ஸாலி ரைட்.

முடிவெடுக்க வேண்டிய நேரம்

4

சுனிதாவின் உயர்நிலைப் பள்ளிப் படிப்பு முடிந்திருந்தது. அடுத்து என்ன செய்ய வேண்டும் என்பதை முடிவு செய்ய வேண்டும். படிப்பிலும் பிற தகுதிகளிலும் சுனிதா முன்னணி வகித்ததால் தரமான ஐ வீ லீக் பல்கலைக் கழகங்களில் இடம் கிடைக்கும் வாய்ப்பு இருந்தது.

சுனிதா உயர்நிலைப் பள்ளிப் படிப்பை முடித்த அதே நேரத்தில்தான் ஜே அமெரிக்கக் கடற்படைக் கழகத்தில் தேர்ச்சி பெற்றிருந்தார்.

ஜே படித்து முடித்துப் பட்டம் பெறும் நிகழ்ச்சி. போனியும் பாண்ட்யாவும் குடும்பத்தோடு இதில் கலந்து கொள்ள நினைத்தார்கள். அதற்கான ஏற்பாடுகள் செய்யப்பட்டு வந்தன. சுனிதா மட்டும் உடன் வரவில்லை.

வீட்டிலேயே தங்கத் தீர்மானித்திருந்தார். கொஞ்சம் வேலை இருக்கிறது என்று பெற்றோரிடம் சொல்லிவிட்டார். சொந்த அண்ணனின் பட்டமளிப்பு விழாவில் கலந்து கொள்வதை விட சுனிதாவுக்கு அப்படியென்ன முக்கியமான வேலை இருக்க முடியும் என்று அவர்களுக்கு ஒரே வியப்பு. இருந்தாலும் சுனிதாவைக் கட்டாயப்படுத்தவில்லை.

அப்படியென்ன அவசியம்?

சுனிதா ஏன் தனது பெற்றோர்கள் அழைத்தபோது போகவில்லை? அதற்கு உண்மையிலேயே முக்கிய காரணம் இருந்தது. அதே நேரத்தில்தான் சுனிதா ஒரு விருந்து கொடுப்பதாக வாக்களித்திருந்தார்.

உயர் நிலைப் பள்ளிப் படிப்பை முடித்ததற்காகத் தனது தோழிகளையும் நண்பர்களையும் அழைத்திருந்தார் சுனிதா. அந்த நிகழ்ச்சியைத் தள்ளிப் போடவும் முடியாது. எனவே முதலில் அதை முடித்துவிட்டு மறுநாள் அண்ணனின் பட்டமளிப்பு விழாவில் கலந்து கொள்ளத் தீர்மானித்திருந்தார் சுனிதா.

குறிப்பிட்டபடி விருந்துக்கு ஏற்பாடு செய்திருந்தார். வீட்டிலேயே எல்லாம் தயாராக இருந்தன. சுனிதாவின் தோழிகளும் நண்பர்களும் ரொம்பவும் நல்ல மாதிரி. பொறுப்பானவர்கள். நல்ல பண்புள்ளவர்கள்.

சுனிதாவின் பழக்க வழக்கங்களை நன்கு உணர்ந்தவர்கள். வீட்டிற்குள் காலணியுடன் நடக்கும் பழக்கம் இந்தியர்களுக்கு இல்லை என்பதை சுனிதாவின் நண்பர்களும் தோழியரும் நன்கு அறிந்திருந்தார்கள். எனவே விருந்துக்கு வந்தபோது கூடக் காலணிகளை வெளியிலேயே விட்டு விட்டு வந்தார்கள்.

ஆப்பிரிக்க அமெரிக்க விண்வெளி வீராங்கனைகளில் முதலாமவர் என்ற சிறப்புக்குரியவர் டாக்டர் மே ஜெமிசன்.

விருந்து மிக மிக உற்சாகமாகக் கொண்டாடப்பட்டது. எல்லாருக்கும் மகிழ்ச்சி. அவர்கள் கூச்சல் போட்டதாகவோ மற்றவர்களுக்கு இடைஞ்சலாக இருந்ததாகவோ யாரும் குறை சொல்ல முடியாது. விருந்து நிகழ்ச்சி நல்லவிதமாக முடிந்ததும் மறுநாள் விமானத்தைப் பிடித்து மேரிலாண்ட் சென்று சேர்ந்தார் சுனிதா. அங்கு அண்ணனின் பட்டமளிப்பு தொடர்பான கொண்டாட்டங்களில் கலந்து கொண்டார்.

இதுவா அதுவா?

அடுத்து என்ன படிக்க வேண்டும் என்ற முக்கியமான முடிவை எடுக்க வேண்டிய நேரம். சுனிதா எந்தத் துறையைத் தேர்ந்தெடுக்கக் கூடும் என்று அவரது பெற்றோர்கள் ஒரு கணிப்பைச் செய்திருந்தார்கள்.

இளம் வயதில் இருந்தே சுனிதாவுக்குச் செல்லப் பிராணிகள் என்றால் உயிர். விலங்குகளிடம் அவர் காட்டிய அன்பு பெற்றோரது கவனத்தைக் கவர்ந்திருந்தது. இவ்வளவு ஆசை ஆசையாய்க் கவனித்துக் கொள்வதால் விலங்குகள் தொடர்பான துறையிலேயே சுனிதா தனது மேற்படிப்பைத் தொடரக் கூடும் என்று அவர்கள் நினைத்திருந்தார்கள்.

கால்நடை மருத்துவம் படித்து மருத்துவர் ஆக அவர் விரும்பக் கூடும் என்பது அவர்களது எதிர்பார்ப்பாக இருந்தது. பாண்ட்யாவும் இப்படித்தான் எண்ணிக் கொண்டிருந்தார். தம்மைப் போலவே மருத்துவம் படிக்க விரும்பாவிட்டாலும் கால்நடை மருத்துவமும் குறைவானதல்ல என்றே அவர் எண்ணிக் கொண்டிருந்தார்.

சுனிதாவுக்கு இருந்த திறமைகளை வைத்துப் பார்க்கும் போது நீச்சல் அவரது வாழ்க்கையில் நிறைவான இடத்தைப் பிடித்திருந்தது. அதன் அடிப்படையிலான மேற்படிப்பை விரும்புவார் என்பதற்கும் வாய்ப்பிருந்தது.

சுனிதா மேலே என்ன படிக்கப் போகிறார்?

அண்ணன் ஜே படித்த கல்வி நிறுவனத்தை மனதில் வாங்கிக் கொண்டார் சுனிதா. அது அமெரிக்கக் கடற்படைக்குத் தேவைப்படும் துடிப்பு மிக்க அதிகாரிகளைத் தயார் செய்யும்

ஒப்பற்ற பயிற்சி நிறுவனம். வாஷிங்டன் நகரை அடுத்த மேரிலாண்ட் பகுதியில் அன்னாபோலிஸ் என்ற இடத்தில் செயல்பட்டு வந்தது அது.

இந்த அமைப்பிற்கு ஒரு பெருமை உண்டு. அமெரிக்காவிலேயே வேறு எந்தக் கல்வி நிறுவனமும் சாதித்திருக்காத சாதனையை இது செய்தது. அதிக அளவில் விண்வெளி வீரர்களை உருவாக்கிய பேறு பெற்ற நிறுவனம் இது.

சுனிதா கால்நடை மருத்துவம் படிக்க விரும்புவார் என்ற நம்பிக்கை முடிந்து போயிற்று. நல்ல கல்லூரிகளில் கூப்பிட்டு இடம் கொடுப்பார்கள். அதையும் தள்ளிப் போட்டார். அமெரிக்கக் கடற்படைக் கழகத்திலேயே சேர்வது என்று முடிவெடுத்தார்.

ஆலோசனையா, எச்சரிக்கையா?

சுனிதா தனது அண்ணன் படித்த இடத்திலேயே தனது மேற்படிப்பைத் தொடர்வது என்று தீர்மானித்திருந்தார். அண்ணன் காட்டிய வழியிலேயே செல்லலாம் என்று அவர் நினைத்திருக்க வேண்டும்.

தங்கை வேண்டுமானால் இதைப் பெருமையாக எண்ணி இருக்கலாம். அண்ணன் அப்படி நினைக்கவில்லை. கடற்படைக் கழகத்தில் பெண்களைச் சேர்த்துக் கொள்ளும் வழக்கம் 1979 இல்தான் ஆரம்பித்திருந்தது.

ஜே அங்கு சென்று சேர்ந்திருந்த நேரத்தில் அங்கு படித்து வந்த பெண்கள் ஜேவுக்கு மூத்த மாணவிகளாக இருந்தார்கள். படைப் பிரிவில் பெண்கள் சேர்வது என்பதை ஜே விரும்பியதில்லை.

டாக்டர் மே ஜெமிசன் மருத்துவத்தில் பட்டம் பெற்றவர். வேதிப் பொறியியலும் கற்றவர். ஸ்வாஹிலி, ஜப்பானிய, ரஷ்ய மொழிகளை அறிந்தவர்.

படைப் பயிற்சியில் சேரும் பெண்கள் சிறப்பான தகுதி உடையவர்களாக இருந்தால்தான் சமாளிக்க முடியும் என்று நினைப்பார் ஜே. சுனிதா அத்தகைய தகுதியைக் கொண்டிருப்பார் என்பதில் ஜேவுக்கு எந்தவிதச் சந்தேகமும் இல்லை. என்றாலும் பெண்கள் போரிடுவது என்பது தேவையற்றது என்று நினைப்பார்.

ஜே படித்துப் பட்டம்பெற்று வெளியேறிய ஆண்டில் சுனிதா அமெரிக்கக் கடற்படைக் கழகத்தில் படிக்கச் சேர்ந்தார். செய்தால் எதையும் சிறப்பாகச் செய்ய வேண்டும் என்ற அண்ணனின் ஆலோசனையை எச்சரிக்கையாக எடுத்துக் கொள்வதா, அறிவுரையாக ஏற்றுக் கொள்வதா? சுனிதா யோசித்தார். அண்ணனின் நம்பிக்கைக்கு ஏற்பச் சிறப்பான மாணவியாகத் திகழ உறுதி எடுத்துக் கொண்டார்.

ஜேவுக்குத் தனது சகோதரிகளின் மேல் கொள்ளைப் பாசம். ஓட்டுநர் உரிமம் பெற்ற கையோடு தமது சகோதரிகளைக் காரில் அழைத்துச் சென்று நீச்சல் பயிற்சி பெற உதவுவார்.

சான் டீகோ நகரில் அவருக்குக் கடற்படை அதிகாரி பதவி கிடைத்தது. அங்கு நடைபெறும் பனிச் சறுக்கு விளையாட்டு ரொம்பவும் பிரபலமானது. அதில் கலந்து கொள்ளும்படியும் தன்னோடு வந்து தங்கிக் கொள்ளும்படியும் ஜே அழைப்பு விடுத்தார்.

சுனிதா இதை மகிழ்ச்சியோடு ஏற்றுக்கொண்டார். அந்தக் கால கட்டம் அவரது வாழ்வில் இனிமை நிறைந்ததாக இருந்தது.

அதிரடி ஆரம்பம்

சுனிதா தனது விருப்பத்தைத் தெரிவித்துவிட்டார். முறைப்படி கடற்படைக் கழகத்தில் சேர வேண்டும். அப்படிச் சேர்வதற்கு முன்பாகவே அவருக்குப் பெரும் வரவேற்புக் கிட்டியது.

கோடை விடுமுறை முடிந்ததும் கடற்படைக் கழகத்தில் முதலாண்டு மாணவியாகச் சேர்ந்தார் சுனிதா. அவருக்கு இருந்த விளையாட்டுத் திறமையும் நீச்சல் பயிற்சியும் அவரைச் சிறப்பான மாணவியாக அடையாளம் காட்டின.

எத்தகைய இடர்ப்பாடான சூழ்நிலையிலும் தாக்குப் பிடிக்கக் கூடியவர் என்ற வகையில் அவருக்கு உயரிய விருது வழங்கப்பட்டது. ஆரம்பமே அதிரடியாக அமைந்தது சுனிதாவின் மேற்படிப்பு வாழ்க்கை.

சுனிதாவின் சாதனைகளைக் கவுரவிக்கும் வகையில் அவருக்குச் சிறப்புச் சீருடை வழங்கப்பட்டது. மற்றவர்களிலிருந்து தான் வித்தியாசமானவர் என்பதைப் பறைசாற்றும் விதமாக அது அமைந்தது. பயிற்சிக் கழகத்தில் மிக மிகத் திறமை வாய்ந்த முதல் மாணவி என்று சொல்ல இயலாவிட்டாலும் சுனிதா ஒரு சாதனையாளர் என்பதை மறுக்க முடியாது.

விசித்திரத் தேர்வு

கடற்படைக் கல்விக் கழகத்தில் எந்தப் பாடப் பிரிவைத் தேர்ந்தெடுத்துப் படிக்கலாம் என்பதை அவரவர் விருப்பப்படி முடிவு செய்யலாம். பெரும்பாலானவர்கள் அங்கு பொறியியல் பிரிவையே தங்களது முதல் தேர்வாக அமைத்துக் கொள்வார்கள்.

வேறு சிலர் மருத்துவம் தொடர்பான படிப்புகளுக்கு முக்கியத்துவம் கொடுப்பார்கள். மற்றவர்கள் கடற் கப்பல் கட்டுமான இயல் படிக்க விரும்புவார்கள். சுனிதா இந்தப் படிப்பைப் படிக்கவே விரும்பினார்.

தலைசிறந்த கடற் கப்பல் கட்டுமான வல்லுநராக ஆக வேண்டும் என்று நினைத்திருந்தார். நீச்சலில் வீராங்கனை. பிற விளையாட்டுக்களிலும் சாதித்தவர். எனவே தமக்குப் பொருத்தமான துறை இது என்று நினைத்தார் சுனிதா.

படிப்பைத் தவிரப் பிற நடவடிக்கைகளிலும் அவர் நிறையச் சாதித்திருந்தார். நீண்ட தூரம் ஓடுவது, ஓட்டப் பந்தயங்களில் கலந்து கொள்வது, நீச்சலில் சாதனை புரிவது என்று சுனிதாவின் திறமைகளைப் பட்டியலிட்டு மாளாது. பல அணிகளுக்குத் தலைமை தாங்கி வெற்றியைத் தேடிக் கொடுத்தவர் அவர்.

ஆனால் அவரது கனவு பலிக்கவில்லை. எதிர்பார்த்தபடி அவரால் தேர்வுகளில் வெற்றி பெற இயலவில்லை. எனவே

மஞ்சட்காமாலை உள்ளிட்ட பல நோய்களுக்கு எதிரான மருந்துகளை உருவாக்கும் ஆராய்ச்சிகளில் முக்கிய பங்கு வகித்தவர் டாக்டர் மே ஜெமிசன்.

கடற் கப்பல் கட்டுமானத் துறையில் அவரால் சாதிக்க முடியவில்லை. பொது அறிவியல் பாடப் பிரிவில்தான் தேர்ச்சி பெற முடிந்தது.

பரிசால் வந்த பதற்றம்

கடற்படைக் கழகத்தில் படித்துக் கொண்டிருந்தார் சுனிதா. அங்கு ஆண்டுதோறும் ஒரு விழா வெகு சிறப்பாகக் கொண்டாடப்படுவது வழக்கம்.

ஏழு கடல்களிலிருந்து கொண்டு வரப்பட்ட தண்ணீர் வகைகளை ஒன்றாக நிரப்புவார்கள். அதற்குள் தங்கள் மோதிரங்களைக் கழற்றிப் போடுவார்கள். அதனைத் தொடர்ந்து பல நடன நிகழ்ச்சிகள் நடத்தப்படும்.

இந்த நிகழ்ச்சியின் போது மாணவ, மாணவியர் தங்களுடன் நடனமாடுவதற்கு ஒரு சிறப்பு விருந்தினரைத் தேர்வு செய்வார்கள்.

சுனிதா தன்னுடன் நடனமாடுவதற்குத் தனது தந்தை பாண்ட்யாவுக்கு அழைப்பு விடுத்திருந்தார். பாண்ட்யாவும் இதற்குப் பெரு மகிழ்ச்சியோடு ஒத்துக் கொண்டிருந்தார்.

நடன விழா நடக்க இருந்த நாளும் நெருங்கிக் கொண்டிருந்தது. திடீரென்று பாண்ட்யாவுக்குத் தொலைபேசிச் செய்தி ஒன்று வந்து சேர்ந்தது.

சுனிதா நடன விழாவில் கலந்து கொள்ளப் போவதில்லை என்றும் பாண்ட்யா அங்கு வரத் தேவையில்லை என்றும் தெரிவிக்கப்பட்டது.

தன்னை ஆர்வமாக அழைத்திருந்த சுனிதாவுக்கு என்ன ஆயிற்று என்று பதறிப் போனார் பாண்ட்யா. விழுந்தடித்துக் கொண்டு ஓடினார்.

நல்ல வேளை. சுனிதாவுக்கு ஏதும் ஆகவில்லை. பிறகு ஏன் நடன விழாவில் அவர் கலந்து கொள்ளவில்லை. அதற்குக் காரணம் ஜே தான். அவர் சுனிதாவுக்குப் பரிசாக அளித்திருந்த கார்தான் இதற்கெல்லாம் காரணம்.

கடற் படைக் கழகத்தில் படிப்பை முடித்தபோது ஜேவுக்குப் பந்தயக் கார் ஒன்று கிடைத்தது. அடுத்த மூன்று ஆண்டுக்

காலம் அவர் பிலிப்பைன்சில் பணியாற்ற வேண்டி இருந்ததால் தனக்குக் கிடைத்த காரைத் தங்கைக்கு அன்பளிப்பாகக் கொடுத்துவிட்டுப் போயிருந்தார் அவர்.

அந்தக் காரை எடுத்துக் கொண்டு ஓட்டிச் சென்ற சுனிதா விபத்து ஒன்றில் மாட்டிக் கொண்டார். பெரிய அளவில் எந்தச் சேதமும் நிகழவில்லை. இருந்தாலும் நடன விழாவில் கலந்து கொள்ள முடியாமல் போனதற்கு அந்த விபத்தே காரணமாக அமைந்தது.

வழுக்கு மரத்தில் ஏற முடியுமா?

எந்தக் கல்வி நிலையமாக இருந்தாலும் அங்கு புதிதாகச் சேரும் மாணவ, மாணவியரை ஏற்கனவே அங்கு படித்துக் கொண்டிருப்பவர்கள் கிண்டல் செய்வது என்பது இயல்பான ஒன்று. இது எல்லை மீறிப் போகாதவரை ஒரு இனிய அனுபவமாகவே இருக்கும்.

வில்லியம் லெவிஸ் ஹெர்ன்ட்ரான்

அமெரிக்கக் கடற்படைக் கழகத்தில் இதை ஒரு விழாவாகவே நடத்துவார்கள். கல்வியாண்டு முடியக் கூடிய நேரத்தில் இளம் மாணவ, மாணவியரை மூத்த மாணவ, மாணவியர் கிண்டலடிக்கும் கொண்டாட்டமாக இது அமைவது உண்டு.

இதைப் பாரம்பரிய நிகழ்ச்சியாக அங்கு அரங்கேற்றுவார் கள். இதன் பின்னணியில் அற்புதமான கதை ஒன்று உள்ளது. அதுவும் சுவையான கதைதான்.

ஹெர்ன்ட்ரான் நினைவுச் சின்னம் என்று ஒரு கம்பம் கடற்படைக் கழகத்தில் நாட்டப்பட்டிருக்கிறது. கமாண்டர் வில்லியம் லெவிஸ் ஹெர்ன்ட்ரான் என்பவர் அமெரிக்கக் கப்பற் படைப் பிரிவின் தலைவராக இருந்தவர்.

விண்வெளிச் சூழலில் எலும்பு செல்களில் ஏற்படும் இழப்பு குறித்து ஆராய்ச்சி செய்திருக்கிறார் மே ஜெமிசன். வயிற்றுப் போக்கு பற்றிய ஆய்வுகளையும் நடத்தி இருக்கிறார்.

1813 இல் பிறந்த இவர் *1857* வரை வாழ்ந்தார். இவரது வாழ்க்கை என்றென்றும் நினைவுகூரத் தக்கது. பசிபிக் பெருங்கடலில் மத்திய அமெரிக்கா என்ற பெயருடன் இயக்கப்பட்டு வந்த கப்பலில் அவர் தலைமை அதிகாரியாகப் பணியாற்றி வந்தார்.

கடல் மற்றும் கப்பல் சார்ந்த மரபு ஒன்று உண்டு. கப்பலுக்கு ஏதாவது இடர் ஏற்படுமானால் அதில் இருப்பவர்கள் எல்லாரையும் தப்புவிக்க அந்தக் கப்பலின் தலைவர் பாடுபட் வேண்டும்.

எல்லாரும் வெளியேறிய பிறகு கடைசி ஆளாகத்தான் கப்பலை விட்டு அவர் தப்பி வரலாம். அதுவும் முடியாது போனால் கப்பலோடு சேர்ந்து அவரும் தமது இறுதி முடிவை அடைய வேண்டியதுதான். இது தியாகத்தின் அடிப்படையில் வெகு காலமாகப் பின்பற்றப்பட்டு வரும் வழக்கம்.

1857-ன் ஆம் ஆண்டு செப்டம்பர் *12*-ன் ஆம் தேதி. ஹெர்ன்ட்ரானின் கப்பல் கடலில் சென்று கொண்டு இருந்தது. அப்போது கடுமையான சூறாவளி தாக்கியது. கப்பலில் இருந்தவர்களைக் காப்பாற்றிப் பத்திரமாக வெளியேற்றி அனுப்பி வைக்கும் முயற்சியில் தீவிரம் காட்டினார் ஹெர்ன்ட்ரான்.

இறுதியில் அவரால் கப்பலை விட்டு வெளியேற முடியாமல் போனது. கப்பலோடு சேர்ந்து அவரும் கடலில் மூழ்கிப் போனார். அடுத்தவர்களைக் காப்பாற்றுவதற்காகத் தனது ஆருயிரை அளித்த அவருக்குத் தக்க நினைவுச் சின்னம் அமைக்க வேண்டும் என்று கடற்படை அதிகாரிகள் விரும்பினார்கள்.

கடற்படைக் கழகத்தை விட்டால் அதற்கு வேறு பொருத்தமான இடம் ஏது? *1860*-ன் ஆம் ஆண்டு ஜுன் *16*ஆம் நாளன்று ஹெர்ன்ட்ரான் நினைவுத் தூணை அவர்கள் நிறுவினார்கள். கடற்படைக் கழகத்தின் கட்டடங்கள் பல முறை மாற்றி அமைக்கப்பட்ட போதிலும் இந்த நினைவுச் சின்னம் மட்டும் நிறுவப்பட்ட இடத்திலேயே இன்றும் தொடர்கிறது.

கழகத்தில் புதிதாகச் சேர்ந்திருக்கும் முதலாமாண்டு மாணவ, மாணவிகள் இந்தக் கம்பத்தின் உச்சியை அடைய வேண்டும். அதன் நுனியில் டிக்ஸிகப் என்று அழைக்கப்படும் தொப்பி ஒன்று மாட்டப் பட்டிருக்கும்.

இது முதலாமாண்டு படிப்பவர்கள் அணிந்து கொள்ளக் கூடிய தொப்பியாகும். கம்பத்தின் உச்சிக்குச் சென்று இந்தத் தொப்பியை அவர்கள் கழற்ற வேண்டும். அதற்குப் பதிலாக வேறொரு தொப்பியை அங்கு மாட்டி வைத்துவிட்டு இறங்க வேண்டும்.

கேட்பதற்கு இது எளிதான வேலையைப் போல் தோன்றும். ஆனால் அது அத்தனை எளிய செயல் அல்ல. ஏன்? கம்பத்தின் மேல் ஏறுவதைக் கடினமாக ஆக்குவதற்காக அதன் மேல் எண்ணெய் தடவி வைத்திருப்பார்கள். வழுக்கி வழுக்கித்தான் ஏறியாக வேண்டும்.

அத்துடன் விடமாட்டார்கள். கம்பத்தின் மேல் ஏறுபவர் களைக் கீழே உள்ளவர்கள் பிடித்து இழுப்பார்கள். அதையும் மீறி மேலே செல்ல வேண்டும். எல்லாம் வேடிக்கைக்காகத்தான். ஒரே கொண்டாட்டமாக இருக்கும்.

ஆண்டு இறுதியில் நடத்தப்படும் இந்த வேடிக்கை விளையாட்டில் சுனிதாவும் கலந்து கொண்டாக வேண்டிய

கறுப்பர் இனத்தைச் சேர்ந்த பெண் ஒருவர் விண்வெளி வீராங்கனை ஆவது குறிப்பிடத்தக்க சாதனை என்று மே ஜெமிசனே சொல்லி இருக்கிறார்.

கட்டாயம் ஏற்பட்டது. இதில் அவருக்குச் சங்கடம் தரும் விசயம் ஒன்றும் இருந்தது. சுனிதாவுடைய வகுப்பில் அவர் ஒருவரை மட்டுமே பெண் என்ற வகையில் வழுக்கு மரத்தில் ஏற அனுமதித்தார்கள் மற்ற ஆண்கள்.

சுனிதா இதை ஒரு சவாலாக எடுத்துக் கொண்டார். கீழே இருப்பவர்கள் பிடித்து இழுத்தாலும், மரம் வழுக்கினாலும் விடாப்பிடியாக ஏறத் தொடங்கினார். பாதி உயரம் ஏறிவிட்டார்.

மீதி உயரத்தையும் கடந்து டிக்ஸி கப்பை எடுத்துவிடுவார் என்று எதிர்பார்க்கப்பட்டது. ஆனால் கீழே நின்றவர்கள் விடுவதாக இல்லை. சுனிதாவை ஒரேயடியாக இழுத்துவிட்டார்கள். இது வேண்டுமென்று செய்யப்படுவதல்ல. விளையாட்டுக்காகத்தான்.

தோல்வி துவள வைக்குமா?

சுனிதா விரும்பியது நடக்கவில்லை. தோல்வி அவரை எப்படிப் பாதிக்கும்? சில பேர் ஒன்றை விரும்புவார்கள். அது கிடைக்கவில்லை என்றால் அவ்வளவுதான். ஒரேயடியாக இடிந்து போய்விடுவார்கள்.

சுனிதாவும் அப்படிப்பட்டவரா? தான் நினைத்தது நிறை வேறவில்லை என்றதும் அவர் என்ன ஆனார்? உண்மையாக முயற்சி செய்தார். படித்தார். தேர்வு எழுதினார். இருந்தாலும் அவருக்குத் தோல்வியே கிடைத்தது.

தோல்வியால் மன அழுத்தத்திற்கு ஆளாகக் கூடாது என்பதில் சுனிதா உறுதியாக இருந்தார். எப்போதும் அவர் குழந்தைகளுக்கு இதை எடுத்துச் சொல்வதில் ஆர்வமாக இருப்பார்.

தோல்வியால் துவண்டு விடக் கூடாது என்பார். முயற்சியைக் கைவிடக் கூடாது. தோல்வி என்பது அப்படியொன்றும் மோசமானதல்ல. அது நம்மைப் பின்னுக்கு இழுக்க நாம் ஒருபோதும் அதை அனுமதிக்கக் கூடாது.

தொடர்ந்து முயற்சி செய்து கொண்டே இருக்க வேண்டும். இதில் உறுதியாக இருந்தால் கண்டிப்பாக நினைத்தது

நிறைவேறும் என்று சொல்வார். சொல்வது மட்டுமல்ல.. செயலிலும் காட்டுவார். இதுதான் சுனிதாவின் வழக்கம்.

கடற் படைக் கழகத் தேர்விலும் இதை அவர் நிரூபித்தார். ஒரு முறை தோல்வி ஏற்பட்டால் அதற்காகத் துவண்டு போகாமல் மீண்டும் முயற்சித்தால் அந்த முயற்சியில் சாதனை படைக்கும் அளவுக்குச் சாதிக்க முடிவதும் இயலும் என்பார் சுனிதா.

அப்படித்தான் செய்தும் காட்டினார். ஆயிரம் பெண்கள் பயின்று வந்த வகுப்பில் ஐம்பது பேர் தேர்ச்சி பெற்றால் அதுவே அதிகம். அந்த ஐம்பது பேர்களுள் ஒருவராக வெற்றி பெற்றார் சுனிதா. இதற்கு அவரது தளராத முயற்சியே காரணம்.

சுனிதா தேர்ச்சி பெற்ற ஆண்டு 1983. அந்தச் சூழ்நிலையை வைத்துப் பார்க்கும் போது அமெரிக்கக் கடற்படைக் கழகத் தேர்வுகளில் வெற்றி பெறுவது என்பதே பெரிய சாதனை. அதிலும் பெண்ணொருவர் இதைச் சாதிக்கிறார் என்றால் உண்மையிலேயே அது பெரிய சாதனை என்றுதான் எடுத்துக் கொள்ளப்பட வேண்டும்.

அத்தகைய சாதனைக்குச் சொந்தக்காரர் ஆனார் சுனிதா. தோல்விகளையும் வெற்றிகளாக மாற்ற முடியும் என்பதை மட்டுமல்லாமல் மிகப் பெரிய வெற்றிகளாகவும் ஆக்க முடியும் என்று அவர் நிரூபித்துக் காட்டினார்.

கறுப்பர் இனப் பெண்கள் முன்னேற வேண்டும் என்று கருதும் மூத்த வெள்ளை இன ஆண்கள் பாராட்டப்பட வேண்டியவர்கள் என்பார் மே ஜெமிசன்.

இயல் அறிவியல் பட்டத்தை வெற்றிகரமாகப் பெற்றார். 1987 மே மாதத்தில் அமெரிக்கக் கடற்படையில் உறுப்பினராகச் சேர்க்கப்பட்டார்.

முயற்சிக்கு முடிவேது?

தன்னால் எதுவும் முடியும் என்று எண்ணும் மன உறுதி சுனிதாவிடம் இருந்தது. எடுத்துக் கொள்ளும் முயற்சியில் வெற்றியா தோல்வியா என்பதைப் பற்றியெல்லாம் ஆராய்ந்து கொண்டிருக்க மாட்டார். ஆனால் செய்யப்படும் முயற்சி பெரிதாக இருக்க வேண்டும் என்பதில் உறுதி காட்டுவார்.

இளம் உயர்நிலைப் பள்ளிப் படிப்பை அவர் முடித்திருந்த நேரத்தில் அவருக்கு ஒரு வாய்ப்பு வந்தது. வானொலிச் செய்தியில் பாஸ்டன் நகரில் நடத்தப்பட இருந்த நெடுந் தொலைவு ஓட்டப் பந்தயம் பற்றிய செய்தி ஒலிபரப்பப்பட்டது.

சுனிதா நீச்சல் போட்டிகளில் அதிகத் தொலைவுகளைக் கடப்பதில் திறமை படைத்தவர். ஆனால் ஓட்டப் பந்தயங்களில் நீண்ட தொலைவு ஓடிப் பழக்கப்பட்டவரல்ல. இருந்தபோதிலும் வானொலிச் செய்தியைக் கேட்ட மாத்திரத்தில் போட்டியில் கலந்து கொள்ள வேண்டும்

என்று முடிவு செய்துவிட்டார். அவரது விருப்பத்திற்கு யார் குறுக்கே நிற்க முடியும்?

போட்டி ஆரம்பிக்கப்பட இன்னும் சிறிது நேரமே இருந்தது. முப்பது கிலோ மீட்டருக்கு அப்பால் போட்டி துவக்கப்படும் இடம் இருந்தது.

காரில் பாய்ந்து ஏறிக் கொண்டு அங்கே கொண்டு போய் விடும்படி கேட்டுக் கொண்டார். பாண்ட்யாவும் மறுக்க வில்லை.

ஓட்டப் பந்தயங்களில் ஓடுவதற்கு முறையாகப் பயிற்சி செய்திருக்க வேண்டும். அதிலும் நீண்ட தொலைவு ஓட வேண்டுமானால் இன்னும் கடுமையான பயிற்சி தேவை. போட்டியில் கலந்து கொள்ளச் சிறப்பு வகைக் காலணிகள் அணிய வேண்டியதும் அவசியம்.

இத்தகைய முன்னேற்பாடு எதுவும் சுனிதாவிடம் இருக்கவில்லை. அவரிடம் இருந்தது எல்லாம் போட்டியில் கலந்து கொள்ள வேண்டும் என்ற தீவிரம் மட்டுமே.

பாண்ட்யா சுனிதாவின் கையில் பத்து சென்ட் நாணயத்தைக் கொடுத்தார். வழியில் ஏதாவது சிக்கல் என்றால் தெரிவிக்கும்படி கேட்டுக் கொண்டார்.

கடக்க வேண்டிய தொலைவில் பாதி தூரத்தில் இருந்தது வெல்வெஸ்லி என்ற இடம். அங்கு பாண்ட்யா காத்திருந்தார். சில மணி நேரங்கள் சென்றன.

சுனிதா ஓடி வந்தார். அவர் அணிந்திருந்த காலணிகள் நெடுந்தொலைவு ஓட்டத்திற்கு ஏற்றவை அல்ல. அந்தக் காலணிகள் அவருக்கு உதவியாக இருந்ததைவிடத் தொல்லையாகத்தான் இருந்தன. எனவே அவற்றைக் கழற்றி எறிந்துவிட்டு வெறுங் கால்களுடன் அவர் ஓட ஆரம்பித்தார்.

பின்னர் ஓட்டப் பந்தயத்தின் முடிவு எல்லைக் கோட்டுக்கு அருகில் போய்க் காத்திருந்தார் பாண்ட்யா. போட்டியை முடிக்க சுனிதாவுக்கு ஐந்து மணி நேரமாயிற்று.

அங்கிருந்து ரயிலைப் பிடித்துக் காரை நிறுத்தி வைத்திருந்த இடத்திற்குத் திரும்பி வந்து அதை எடுத்துக்

1985 நவம்பர் 26 அன்று விண்வெளியில் பறந்தவர் மேரி எல். கிளீவ். இவர் பலதரப்பட்ட தகுதிகளைக் கொண்ட வீராங்கனையாக விளங்கினார்.

கொண்டு வீட்டுக்கு வந்தார்கள். அந்தப் பந்தயத்தில் ஏற்பட்ட களைப்புப் போவதற்கே பல நாட்கள் ஆயின.

அவ்வளவு நீண்ட தூரத்தை ஓடிக் கடப்பது என்பது சுனிதாவுக்குச் சரிப்பட்டு வராது என்று சொல்ல நினைத்தாலும் பாண்ட்யாவால் அதைச் சொல்ல முடியவில்லை. அப்படிச் சொன்னால் அது அவரது ஊக்கத்தைக் குறைப்பதாக அமையுமே என்று அஞ்சினார் அவர்.

மேலும், சுனிதா ஒரு முடிவை எடுத்துவிட்டார் என்றால் அதை யாருக்காகவும் மாற்றிக் கொள்ள மாட்டார். இந்த விடாப்பிடியான பண்புதான் அவரது பிற்காலச் சாதனை களுக்கு அடித்தளமாக அமைந்தது.

தித்திக்கும் திருமணம்

5

சுனிதா அமெரிக்கக் கடற்படைக் கழகத்தில் படிக்கும் காலத்தில் அங்கு எல்லாருடனும் நல்ல நட்பு பாராட்டி வந்தார். அந்த விதத்தில் அறிமுகமானார் மைக்கேல் வில்லியம்ஸ். சுனிதாவின் வகுப்பிலேயே வில்லியம்சும் பயின்று வந்தார். இருவருக்கும் இடையில் நட்பு மலர்ந்தது. அந்த நட்பு மிகவும் ஆழமானது. விரைவில் திருமணம் செய்து கொள்ள முடிவெடுத்தார்கள் அவர்கள்.

காட் முனையில் உட்ஸ் ஹோல் என்று ஓர் இடம் இருக்கிறது. இங்குள்ள புனித வளனார் ஆலயம் பல சிறப்புகள் வாய்ந்தது. மிகவும் பழமையான ஆலயம். இந்த ஆலயத்திற்கு மற்றொரு தனிச் சிறப்பும் உண்டு.

மரியாள் தோட்டம் என்ற பகுதி இதில் இடம் பெற்றிருந்தது. ஏசுநாதரின் தாயாராகிய மரியாளுக்கு அர்ப்பணிக்கப்பட்ட தோட்டம் இது என்பது இதன் சிறப்பிற்குக் காரணம்.

இந்த தேவாலயத்தில்தான் சுனிதா, மைக்கேல் வில்லியம்ஸ் திருமணச் சடங்குகள் நிறைவேற்றி வைக்கப்பட்டன. சுனிதா பாண்ட்யாவாக இருந்தவர் சுனிதா வில்லியம்ஸ் ஆன கதை இதுதான்.

திருமணத்திற்கு சுனிதாவின் பெற்றோர் முழு மனதுடன் ஒத்துக் கொண்டார்கள். எல்லா மலர்களும் தங்கள் மகிழ்ச்சியை சுனிதாவுடன் பகிர்ந்து கொண்டன.

தங்கள் அழகை வெளிப்படுத்தும் விதத்தில் மலர்ந்தன. மணம் வீசின. பறவைகள் எல்லாம் மகிழ்ச்சியோடு சிறகடித்துப் பறந்தன. இனிய இசையை எழுப்பின. இவை எல்லாமே சுனிதாவின் திருமணத்தைக் கொண்டாட இயற்கை செய்த ஏற்பாடாகத்தான் தோன்றியது என்பார் பாண்ட்யா.

திருமண நிகழ்ச்சிக்கு ஏராளமான விருந்தினர்கள் வந்திருந்தார்கள். நண்பர்களும் உறவினர்களும் திருமண விழாவில் நிறைந்திருந்தார்கள்.

அமெரிக்கா, ஐரோப்பா, ஆஸ்திரேலியா, இந்தியா என்று உலகின் அத்தனை பகுதிகளிலும் இருந்து விருந்தினர்கள் வந்திருந்து திருமணத்தைக் கண்டு களித்தார்கள். வான மண்டலமே விரைவில் தன்னை வந்து காணப் போகும் விருந்தாளியை வரவேற்க இறங்கி வந்ததைப் போல் இருந்தது அந்தத் திருமண நிகழ்ச்சி.

ஒரே இன, மத, மொழி என்று இருப்பவர்களுக்குள் நடக்கும் திருமணங்களிலேயே பல தோல்வியில் முடிவது உண்டு. ஆனால் வேறுபட்ட பின்னணிகளைக் கொண்ட இந்த இருவரது திருமண உறவு காலங்களைக் கடந்து

தொடர்கிறது. இதிலும் சுனிதா சாதனை படைத்தவராகவே விளங்குகிறார். இந்தியப் பண்பாட்டின் சின்னமாகவும் திகழ்கிறார்.

எத்தனை எத்தனை வாய்ப்புகள்

அமெரிக்கக் கடற்படைக் கழகத்தில் பட்டம் பெற்ற சுனிதாவுக்கு ஏராளமான வேலை வாய்ப்புகள் கிடைத்தன. கடலோரக் காவல் படையில் ஆறு மாத காலம் தற்காலிகப் பணி செய்ய அழைக்கப்பட்டார் சுனிதா.

அங்கு அவரது பதவி பேசிக் டைவிங் ஆபீசர் என்பதாக இருந்தது. கடற்படையில் இருப்பவர்களை விமானம் ஓட்டுவதற்கும் பயிற்சி எடுத்துக் கொள்ள வைப்பார்கள். சுனிதாவும் அதற்காகத் தேர்ந்தெடுக்கப்பட்டார். விமான ஓட்டிக்கான பயிற்சியை அங்கு பெறத் தொடங்கினார்.

கடற்படைக் கழகத்தில் தேர்ச்சி பெறுபவர்களைப் பலவித வாய்ப்புகள் தேடிவரும். கடலில் செல்லும் கப்பல்களில் இவர்கள் பணியாற்றலாம். கடற்படைக்கென்றே உள்ள விமானப் பிரிவிலும் வேலை செய்யலாம்.

நீர் மூழ்கிக் கப்பலில் பணியாற்றுவதற்கும் இவர்களுக்கு வாய்ப்புக் கிடைக்கும். தண்ணீருக்கடியில் மூழ்கிச் செய்ய வேண்டிய வேலைகளுக்கான வாய்ப்பும் அளிக்கப்படும். பட்டப் படிப்பை முடிப்பவர்கள் இவற்றுள் விருப்பமானதைத் தேர்வு செய்து கொள்ளலாம்.

சுனிதாவுக்குத் தண்ணீருக்குள் மூழ்கிச் செய்யும் வேலைகளில் ஆர்வம் இருந்தது. இந்தப் பணியைப் பெற முயற்சித்தார். வழக்கமாக, ஒரு தேர்வில் அதிக மதிப்பெண் பெறுபவர்கள் நல்ல வாய்ப்புகளை முதலில் தேர்ந்தெடுத்துக் கொள்ள அனுமதிக்கப்படுவார்கள்.

நீரில் மூழ்கிப் பணியாற்றும் வேலைக்கான காலியிடம் ஒன்றே ஒன்றுதான் இருந்தது. அதை மற்றவர்கள் எடுத்துக் கொள்ளக் கடும் போட்டி நிலவியது. எனவே சுனிதா அதை மறந்துவிட்டார். கடற்படையின் விமானப் பிரிவில் பணியாற்ற முடிவு செய்தார்.

நுண் உயிரியல், சுற்றுச் சூழல் பொறியியல் முதலான துறைகளில் முதுநிலை, முனைவர் பட்டங்களைப் பெற்றவராக இருந்தவர் மேரி எல். கிளீவ்.

விமானத்தை இயக்கும் பயிற்சிக்காக பென்ஸகோலா என்ற இடத்திற்குச் செல்ல வேண்டும். உடனடியாக அங்கு செல்ல வேண்டிய நிலை உருவாகவில்லை. சிறிது காலம் காத்திருந்த பிறகுதான் அங்கு அழைப்பார்கள்.

ஆகவே கடற்படைக் கழகத்திலேயே அலுவலக வேலைகளைப் பார்க்கத் தொடங்கினார் சுனிதா. பென்ஸகோலா செல்லும் வரை இந்தப் பணிகளில் கவனம் செலுத்த ஆரம்பித்தார்.

அப்போது அவருக்கு வலிய இன்னொரு வாய்ப்பும் வந்தது. நீரில் மூழ்கிச் செய்ய வேண்டிய பணிகளில் ஈடுபட்டிருந்த குழுவினருக்கு சுனிதாவின் விருப்பம் பற்றித் தெரியும். எனவே அவருக்கு வாய்ப்பளிக்க வேண்டும் என்று அவர்கள் கருதினார்கள்.

விமானப் பயிற்சிக்கு அழைப்பு வரும்வரை தங்களுடன் வந்து பணியாற்றும்படி அவரைக் கேட்டுக் கொண்டார்கள். சுனிதாவின் விருப்பம் ஈடேற இப்படியும் ஒரு வாய்ப்புக் கிடைத்தது.

பெண்களுக்குப் பிடிக்குமா?

விமானம் ஓட்டுவது என்றால் பெரும்பாலும் போர் விமானங்களை இயக்குவதாகத்தான் இருக்கும். கடற்படையில் இருந்து கொண்டு விமானம் இயக்கப் பயிற்சி பெறுபவர்களுக்கு இந்தப் பணிக்காகத்தான் பயிற்சி அளிக்கப்படுவது வழக்கம்.

விமானியாகப் பயிற்சி எடுத்துக் கொள்ளும் பெரும்பாலான ஆண்கள் போர் விமானங்களை இயக்குவதில்தான் ஆர்வம் காட்டுவார்கள். பெண்கள் இதை விரும்பித் தேர்ந்தெடுப்பதும் இல்லை.

இதன் காரணமாகப் பெண் விமானிகள் போர் விமானங்களை இயக்கப் பயிற்சி பெறுவதற்கான இடங்களும் குறைந்த எண்ணிக்கையிலேயே அனுமதிக்கப்பட்டன. போர் விமானியாகத் தன்னை உருவாக்கிக் கொள்ள சுனிதாவுக்கும் ஆசை இருக்கத்தான் செய்தது.

இடங்கள் போதுமான அளவுக்கு இல்லாததால் அந்த ஆசையையும் நிறைவேற்றிக் கொள்ள இயலாமல் போனது. அடுத்து எதைத் தேர்ந்தெடுக்கலாம் என்று யோசித்தவருக்கு ஹெலிகாப்டர் ஓட்டும் விமானியாக ஆவதற்கு வாய்ப்புக் கிடைத்தது.

அதை ஏற்றுக் கொண்டார் சுனிதா. நாம் ஒன்றை விரும்புவோம். அது கிடைக்காமல் போகலாம். கிடைப்பதை விரும்பக் கற்றுக்கொண்டால் பிரச்சனையே இல்லை.

தங்களது ஆசைகள் நிறைவேறவில்லையே என்று கவலைப் படுபவர்களுக்கெல்லாம் நான் இதைத்தான் சொல்வேன் என்பார் சுனிதா.

இரட்டைப் பொறுப்பு

சுனிதா 1989 இல் கடற்படை விமானி என்ற தகுதியை எட்டினார். இது இவருக்குக் கிடைத்த இரண்டாவது தொழில் நெறித் தகுதியாக இருந்தது.

ஃப்ளாரிடாவிலுள்ள பனாமா நகருக்குச் சென்ற சுனிதா கடற்படையின் நீர் மூழ்கும் அதிகாரி என்ற பதவியைப் பெற்றார். அதன்பின் விமானியாகவும் தகுதி பெற்றார். இப்படி இரண்டு வகையான பொறுப்புகளையும் அவர் ஏற்றுக் கொண்டார். மகளுக்கு இப்படி இரட்டைப் பெருமை கிடைத்ததில் பாண்ட்யாவுக்கு இதயம் குளிர்ந்தது.

இந்தப் பதவி அனுபவம் சுனிதாவின் எதிர்காலத்தைப் பெரிதும் நிர்ணயிக்கும் வாய்ப்பாக உருவெடுத்தது. தண்ணீருக்குள் மூழ்கி இருப்பதைப் போன்றதுதான்

பாலைவனங்களின் பூஞ்சைகளின் வளர்ச்சி, உப்பு நீரால் மீன்களின் உணவு முறை பாதிக்கப்படும் விதம் முதலிய ஆராய்ச்சிகளைச் செய்தவர் மேரி எல். கிளீவ்.

விண்வெளியில் பறப்பதும். நீரில் மூழ்கும் பயிற்சியில் சுனிதா தேர்ந்து விளங்கியதால் விண்வெளிப் பயணப் பயிற்சி அவருக்கு வெகு எளிதாக அமைந்ததில் வியப்பேதும் இல்லை.

தண்ணீருக்குள் மூழ்கி இருக்கும் போது கூடவே சுமந்து செல்லும் உயிர்வளித் தொட்டியில் இருந்து கிடைக்கும் வாயுவைத்தான் சுவாசிக்க வேண்டும்.

தண்ணீருக்கடியில் செய்ய வேண்டிய சிக்கலான பல பணிகளை மேற்கொள்ள வேண்டும். மிதந்து கொண்டே பணியாற்றுவது போன்றது இது. வானவெளியில் பறக்கும் போதும் இதே போன்ற சூழ்நிலைதான் நிலவும். எனவே சுனிதா விண்ணில் பறப்பதற்கு முன்பாகவே அதையொத்த அனுபவங்களைப் பெற்று வைத்திருந்தார்.

எடையற்ற நிலையில் வான்வெளியில் நடப்பது என்பது எளிதாக அமைவதற்கு சுனிதாவின் இந்த அனுபவம் பெரிதும் உதவியது. அவர் மேலும் பல பயிற்சிகளை எடுத்துக் கொள்ள வேண்டி இருந்தது.

ஹெலிகாப்டரில் பறந்து சென்று போரிடும் கலையைக் கற்றுக் கொள்ள வேண்டி வந்தது. இந்தப் பயிற்சியை வெற்றிகரமாக முடித்தார் அவர். வர்ஜீனியாவின் நார்போக் ஹெலிகாப்டர் போர் உதவிப் பிரிவில் அதிகாரி ஆனார்.

விமானம் ஓட்டப் பயிற்சி பெற வேண்டும் என்று விரும்பிய போது அதற்கான பயிற்சியில் இடம் கிடைக்காதது சுனிதாவுக்கு ஒரு வகையில் ஏமாற்றம்தான். இருந்தாலும்

அவர் எந்த வாய்ப்பையும் தக்க விதத்தில் பயன்படுத்திக் கொள்பவராகவே இருந்திருக்கிறார்.

அவர் ஹெலி காப்டர் விமானத்தை இயக்குவதற்காகப் பயிற்சி எடுத்துக் கொண்டிருந்த நேரம் அது. ஜான்சன் விண்வெளி நிலையத்திற்குப் பறந்து சென்றார் சுனிதா.

ஜான் யங் என்ற அனுபவமிக்க பயிற்று நர் விமானத்தை எப்படி இயக்குவது என்று கற்றுக் கொடுத்துக் கொண்டிருந்தார். முன் வரிசையில் ஜெட் விமானங்களை இயக்கப் பயிற்சி எடுத்துக் கொண்டிருந்தவர்கள் அமர்ந்திருந் தார்கள்.

அதற்கு அடுத்த வரிசையில் பிற பயிற்சியாளர்களுடன் சுனிதாவும் இருந்தார். ஜான் யங் ஒரு விண்வெளிப் பயணிக்கு ஹெலிகாப்டர் இயக்கும் பயிற்சி எப்படி அவசியமானது என்பதை விளக்கிக் கொண்டிருந்தார்.

இது சுனிதாவின் மூளையில் பொறி பறக்கச் செய்தது. விண்வெளிப் பயணத்திற்கு ஹெலிகாப்டர் பயிற்சி கை கொடுக்கும் என்பது அவருக்குப் புதிய, வியப்பூட்டும் தகவலாக இருந்தது. தனக்கும் விண்வெளிப் பயணத்திற்கு அனுமதி கிடைத்தால் நன்றாக இருக்குமே என்று அவரது உள்ளம் அசை போட்டது.

நம்மால் விண்வெளி வீராங்கனை ஆக முடியாது என்று நாம்தான் நினைத்துக் கொண்டிருக்கிறோம். உண்மையில்

மேரி எல். கிளீவ் பல ஆராய்ச்சிக் கட்டுரைகளை வெளியிட்டுள்ளார். ஏழு நாட்கள் விண்வெளியில் இருந்திருக்கிறார்.

அதற்கு நிறைய வாய்ப்பு இருக்கும் போல் இருக்கிறதே என்று வியப்படைந்தார் சுனிதா.

நிலவில் இறங்க வேண்டிய தேவை ஏற்பட்டபோது ஹெலிகாப்டரை இயக்கக் கற்றுக் கொண்டது தனக்கு எப்படி உறுதுணையாக இருந்தது என்பதை ஜான் யங் விவரித்த போது தனக்கும் அப்படியொரு வாய்ப்பைத் தருவதற்காகவே ஹெலிகாப்டர் பயிற்சி வந்து வாய்த்திருக்கிறது என்று உற்சாகம் அடைந்தார் சுனிதா.

விண்வெளியில் பறக்க வேண்டும் என்ற ஆசை இங்குதான் அவருக்குள் விதையாக விழுந்தது. அந்த விதை சிறுகச் சிறுக வளர்ந்து கொண்டு வரத் தொடங்கியது.

தொடர்ந்து அவர் பல்வேறு பகுதிகளுக்கும் பணிக்காகச் செல்ல வேண்டி வந்தது. உலகத்தையே ஒரு சுற்றுச் சுற்றி வந்து விட்டார் என்றுகூடச் சொல்லலாம். மத்திய தரைக்கடல் பகுதி, செங்கடல், பாரசீக வளைகுடா போன்ற பகுதிகளில் காப்பு மற்றும் தாக்குதல் நடவடிக்கைகளுக்கு உதவும் ஹெலிகாப்டர் படைப்பிரிவில் முக்கிய பொறுப்பு வகித்தார் அவர்.

ஆண்ட்ரூ சூறாவளி 1992 செப்டம்பரில் அமெரிக்காவைத் தாக்கியது. மீட்பு நடவடிக்கைகளை மேற்கொள்வதற்காகப் படைப்பிரிவுகள் ஃப்ளாரிடாவின் மியாமி பகுதிக்கு அனுப்பி வைக்கப்பட்டன. அதற்குப் பொறுப்பு அதிகாரியாகத்

தேர்ந்தெடுக்கப்பட்டவர் சுனிதாதான். யுஎஸ்எஸ் சில்வேனியா என்ற கப்பலில் ஏறிப் பணியேற்கச் சென்றார் சுனிதா.

கடற்படையில் பணியாற்றுபவர்களுக்கு விமானம் இயக்குவதில் பயிற்சி அளிப்பதற்கான பயிற்சி நிலையம் அங்கு இருக்கிறது. இங்கு பயிற்சி எடுத்துக் கொள்வதற்கு சுனிதாவிற்கு அனுமதி அளிக்கப்பட்டது.

1993 ஜனவரியில் இந்தப் பயிற்சியில் சேர்ந்தார் சுனிதா. ஓராண்டுக் காலப் பயிற்சி இது. இதனை டிசம்பர் மாதத்தில் வெற்றிகரமாக முடித்துத் தேறினார். திட்ட அலுவலராகவும் விமானத்தில் விரட்டிச்

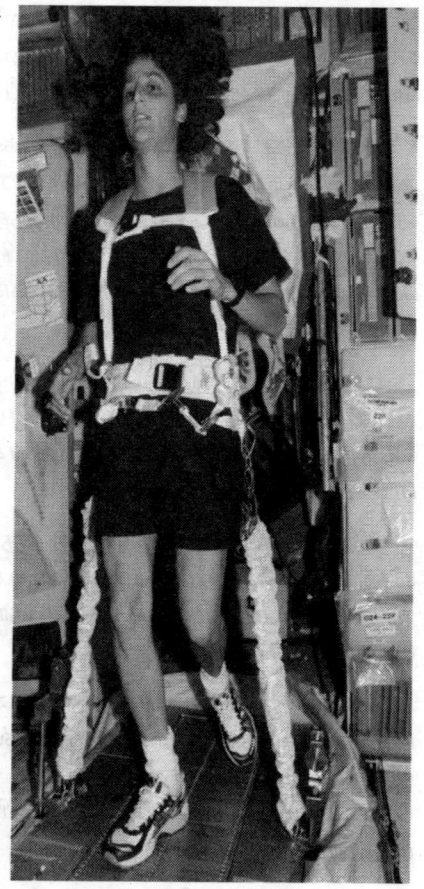

சென்று எதிரிகளைத் தாக்கும் விமானியாகவும் அவருக்கு பதவி அளிக்கப்பட்டது.

ஜான்சன் விண்வெளி மையத்தில் விமானப் பறப்புப் பாதுகாப்பு அதிகாரியாகச் செயல்பட்டார் சுனிதா. பல சோதனை ஓட்டங்களை நிகழ்த்தினார். வெவ்வேறு வகையான விமானங்களை இயக்குவதில் திறமை பெற்றார்.

1995 டிசம்பர். கடற்படை விமானப் பயிற்சி நிறுவனத்தில் பயிற்றுநர் பொறுப்பில் நியமிக்கப்பட்டார் சுனிதா. அங்கேயே பாதுகாப்பு அதிகாரியாகவும் பணியாற்றினார். பல விமானங்களை இயக்குவதில் தனித் திறமை பெற்றார்.

மேரி எல். கிளீவ் சென்னைக்கு வந்து சென்றிருக்கிறார். 1987 ஆம் ஆண்டு டிசம்பர் மாதத்தில் இவர் சென்னை வந்து திரும்பி உள்ளார்.

யுஎஸ்எஸ் ஸைபன் என்ற கப்பலில் அதிகாரியாகப் பதவி உயர்வு பெற்றார். விமானத்தைக் கையாள்பவராகவும் உதவி விமான அதிகாரியாகவும் திறம்படப் பணியாற்றினார்.

ஜான் யங் ஆற்றிய உரையை என்றைக்குக் கேட்டாரோ அன்றிலிருந்தே தானும் விண்ணில் பறக்க வேண்டும் என்று விரும்பத் தொடங்கி இருந்தார் சுனிதா. அதற்கான முயற்சிகளில் ஈடுபட ஆரம்பித்தார். விண்வெளிப் பயணத்திற்குத் தேர்ந்தெடுக்கப்படுவதற்கு அடிப்படைத் தகுதி என்ன என்று ஆராய்ந்தார்.

பட்ட மேற்படிப்புத் தகுதி இருப்பது பயனுள்ளதாக இருக்கும் என்று தெரிந்து கொண்டார். அதற்காக முயற்சி எடுத்துக் கொண்டார். கடுமையாக உழைத்துப் படித்துப் பட்டம் பெற்றார்.

விண்வெளிப் பயணத்திற்குத் தேர்ந்தெடுக்கப்படுவதற்காக விண்ணப்பித்தார். கடும் போட்டிகளுக்கிடையே தனக்கு இடம் கிடைக்குமோ கிடைக்காதோ என்று பதைபதைத்துக் கொண்டிருந்தார்.

முதல் முறை அவரது விண்ணப்பத்திற்குச் சரியான பதில் கிடைக்கவில்லை. ஆனால் இரண்டாவது முறை விண்ணப்பித்தபோது அவரை நேர்காணலுக்கு வரச் சொல்லிவிட்டார்கள். சுனிதாவுக்கு வியப்பு ஒரு புறம். மகிழ்ச்சி மறு புறம்.

அப்போது சுனிதா ஸைபன் கப்பலில் பணியாற்றிக் கொண்டிருந்தார். விதவிதமான விமானங்களில் 2300 மணி நேரம் பறந்த அனுபவத்தைக் கை வசம் வைத்துக் கொண்டிருந்தார். இது அவருக்கு நிச்சயம் வாய்ப்பைப் பெற்றுத் தரும் என்ற நம்பிக்கை பிறந்தது.

குழந்தையாய் இருக்கும் போது குட்டி நாய்களுடன் கொஞ்சிக் கொண்டிருப்பார் சுனிதா. அதைப் பார்த்து அவர் கால்நடை மருத்துவராகத்தான் ஆகப் போகிறார் என்று எல்லாரும் நினைத்தார்கள்.

அப்புறம் கடற் படையில் சேர்ந்தார். அங்கிருந்தபடியே விமானப் பயிற்சி எடுத்துக் கொண்டு பறக்க ஆரம்பித்தார்.

விமானத்தில் பறந்தவர் விண்வெளிக்குச் செல்லவும் ஆசைப்பட்டார்.

நிலவுக்குச் சென்று வருவது அவரது இலட்சியங்களுள் ஒன்று. விண்வெளிப் பயணமோ, கடற்படைப் பணியோ... எதிலிருந்து ஓய்வு பெற்றாலும் உண்மையில் சுனிதா ஓய்வே எடுக்க மாட்டார்.

நல்ல ஆசிரியையாக இருந்து பாடம் நடத்துவார். செல்லப் பிராணிகளை வளர்ப்பதில் கவனம் செலுத்துவார். பண்ணை இல்லத்தைப் பராமரிப்பார். வாழ்க்கையை அற்புதமாக வாழும் கலை அவருக்கு அத்துப்படி என்பார் பாண்ட்யா.

ஒரே நேரத்தில் இரண்டு வாய்ப்பு

உங்களைத் தேடி வரும் நல்வாய்ப்பு ஒருமுறைதான் கதவைத் தட்டும் என்பார்கள். சுனிதா விசயத்தில் ஒரே நேரத்தில் இரண்டு முறை தட்டியது என்று சொல்லலாம்.

அமெரிக்க விண்வெளி ஆய்வு நிறுவனத்தில் பயிற்சி பெறுவதற்கு சுனிதாவிற்கு வாய்ப்பு அளிக்கப்பட்டிருந்தது. இந்த நிலையை எட்டுவதற்கே எவ்வளவோ போராட வேண்டி இருக்கும். ஆயிரக்கணக்கான பேர் விண்ணப்பித்திருப்பார்கள். கல்வித் தகுதி, உடல் தகுதி, அனுபவம் என்று பல்வேறு கூறுகள் ஆராயப்படும்.

எல்லாத் தடைகளையும் தாண்டி இடம் பிடிப்பதே அரிது. அப்படி இடம் பிடித்த பிறகும் விண்வெளியில் பயணம் செய்ய எப்போது வாய்ப்புக் கிடைக்கும் என்று சொல்ல முடியாது.

ஆனால் சுனிதாவிற்கு இவை எல்லாமே எளிதில் முடிந்தன. அமெரிக்க விண்வெளி ஆய்வு நிறுவனத்தில் பயிற்சிக்காகச் சேர்ந்த அதே ஆண்டிலேயே விண்வெளிப் பயணத்திற்குமான வாய்ப்பு சுனிதாவுக்கு அளிக்கப்பட்டது.

பன்னாட்டு விண்வெளி நிலையத்தில் பணியாற்றும் வாய்ப்பும் கிடைத்ததால் அதற்கேற்ற பல பயிற்சிகளை சுனிதா பெற வேண்டி இருந்தது.

பன்னாட்டு விண்வெளி நிலையம் என்பது அமெரிக்கா மற்றும் ரஷ்யா போன்ற நாடுகள் இணைந்து உருவாக்கிய

சுனிதா வில்லியம்ஸ், பொறியியல் மேலாண்மையில் முதுநிலைப்பட்டம் பெற்ற இவர் 37 வது வயதில் அமெரிக்க விண்வெளி ஆய்வு முகமையால் தேர்ந்தெடுக்கப்பட்டார்.

விண்வெளி நிலையம். வானவெளியில் பறந்து கொண்டு இருப்பது. பூமியில் இருந்து விண்வெளியாளர்கள் அங்கு சென்று பல ஆராய்ச்சிகளைச் செய்துவிட்டுத் திரும்புவார்கள். இந்தப் பன்னாட்டு விண்வெளி நிலையத்தில் ரஷ்ய விண்வெளி ஆய்வு முகமை பல முக்கிய சாதனங்களையும் தொழில் நுட்பங்களையும் நிறுவி இருந்தது. அவற்றை இயக்கவும் பராமரிக்கவும் சுனிதா ரஷ்யாவிற்குச் சென்று பயிற்சி பெற வேண்டிய தேவை ஏற்பட்டது.

இது மிக மிகக் கடினமான பயிற்சி. உடல் உழைப்பும் அறிவுத் திறனும் அதிகப்படியாய்த் தேவைப்படக் கூடியது. இதற்கு பொறியியல், தொழில்நுட்பத் திறமையும் மிகுதியாக இருக்க வேண்டும்.

ஆரம்பத்தில் இந்தப் பயிற்சிக்கு ஏற்ற ஆர்வத்தை ஊட்டும் விதத்தில் விளக்கங்கள், பயணங்கள் போன்றவற்றிற்கு ஏற்பாடு செய்வார்கள். அதன்பின் விண்வெளியிலேயே தங்கி இருந்து சோதனைகளைச் செய்வதற்கான கடும் பயிற்சிகள் அளிக்கப்படும்.

இத்துடன் ரஷ்யாவைப் பற்றியும் அதன் மொழி, கலாச்சாரம் பற்றியும் தெரிந்து கொள்ள வேண்டும். சுருக்கமாகச் சொல்வதானால் விண்வெளி என்ற புதிய உலகத்தில் வாழ்வதற்கு அமெரிக்காவில் வாழ்ந்து பழகிய சுனிதா ரஷ்யா என்ற முற்றிலும் வித்தியாசமான நாட்டில் பயிற்சி பெற வேண்டிய கட்டாயம் ஏற்பட்டது.

ஒரு செயலில் இறங்கிவிட்டால் அதில் வரும் சோதனை களைச் சந்தித்தே ஆக வேண்டும். அப்போதுதான் அதில் வெற்றி பெற முடியும். பயிற்சிகள் எவ்வளவுதான் கடுமையாக இருந்தபோதிலும் சுனிதா அவற்றைத் துணிவோடும் உறுதியோடும் எதிர் கொண்டார். வெற்றி பெற்றார்.

விண்வெளியில் பறக்கும்முன்

6

விண்வெளியில் பறப்பது என்றால் ஏதோ விமானத்தில் பறப்பது போல் எளிதாக இருக்கும் என்று நினைத்துக் கொள்ள வேண்டாம். வானத்தில் உயரச் செல்ல வேண்டுமானால் விமானத்தில் ஏறி அமர்ந்தால் போதும். அது உங்களை மேலே தூக்கிக்கொண்டு சென்று விடும்.

சாதாரணமாக விமானத்தில் பறப்பதற்கே பலரும் யோசிப்பார்கள். விமானம் பறக்கும் போது காதில் பஞ்சை அடைத்துக் கொள்ள வேண்டி இருக்கும். இருக்கையுடன் இணைந்த பாதுகாப்புப் பட்டியைக் கட்டிக் கொள்ள வேண்டும்.

தரையில் ஓடும் வாகனங்கள் ஏற்படுத்துவது போன்ற இரைச்சல் இருக்காது. எனவே நிற்கிறோமா பறக்கிறோமா என்பதை உணர்வது கடினம். திடீரென காற்றுச் சுழல்கள் தாக்கினால் விமானம் நிலை தடுமாறக் கூடும். இப்படியெல்லாம் பல தொல்லைகள் இருந்த போதிலும் இப்போது விமானப் பயணம் என்பது சர்வசாதாரணமாகி இருக்கிறது. இன்னும் விண்வெளிப் பயணம் அப்படி ஆகவில்லை.

விண்வெளியில் எண்ணற்ற விண்மீன்களும் கோள்களும் இருக்கின்றன. அவற்றை விடவும் ஒன்றுமே இல்லாத வெற்றிடம்தான் அதிகமாக இருக்கிறது.

ஏதாவது இருக்கிறது என்றால் அதை ஆராயலாம். ஒன்றுமே இல்லாத இடத்தில் எதை ஆராய்வது? இல்லாததை ஆராய்வது எப்படி? அதற்குப் பயிற்சி வேண்டும். எங்கிருந்து வருகிறது என்பதே தெரியாமல் திடீரென்று மோதித் தாக்கக் கூடிய விண்கற்களிலிருந்து நம்மைப் பாதுகாத்துக் கொள்ளவேண்டும்.

ஈர்ப்பு விசை இருப்பதால் பூமியின் மேல் இருப்பதும் நடப்பதும் பறப்பதும் உணரக் கூடிய செயல்களாக இருக்கின்றன. விண்வெளியில் ஈர்ப்பு விசை கிடையாது. தண்ணீர் குடிக்க வேண்டுமானாலும் அதற்குப் பெரு முயற்சி தேவைப்படும். எடையற்ற நிலையில் ஒன்றுமில்லாத வான் வெளியில் நடப்பது கற்பனையில் உணர வேண்டிய அனுபவம்.

இதைத் தவிர, விண்வெளியில் நீங்கள் பயணிக்கும் சாதனத்தில் எண்ணற்ற கருவிகள் பொருத்தப்பட்டிருக்கும். அவற்றில் சிலவற்றை நீங்கள்தான் இயக்கியாக வேண்டும். நுட்பமான அந்தக் கருவிகளைக் கையாளத் திறமை வேண்டும். இதற்குப் பயிற்சியும் மிகவும் அவசியம்.

பன்னாட்டு விண்வெளி நிலையம் உண்மையிலேயே பல நாடுகளின் கூட்டு முயற்சியால் உருவானதுதான். அமெரிக்காவும், ரஷ்யாவும் அதில் முக்கிய பங்கு வகித்தாலும் கனடா, பிரேசில், ஜப்பான் போன்ற நாடுகளில் உள்ள அறிவியல் அறிஞர்களின் பங்களிப்பும் இதில் அதிகம்.

எனவே, விண்வெளியில் பறந்து கொண்டு இருக்கும் போதே பல வெளிநாட்டவர்களைத் தொடர்பு கொண்டு விளக்கங்களைக் கேட்க வேண்டி வரலாம். பெரும்பாலான கருவிகள் தானியங்கி முறையில் செயல்படும் விதத்தில் அமைக்கப்பட்டிருப்பது வழக்கம். என்றாலும் அவற்றைக் கையாள, பராமரிக்கப் பயிற்சி எடுத்துக் கொண்டிருக்க வேண்டும்.

விண்வெளியில் சென்று செய்து பார்க்க வேண்டிய சோதனைகள் ஏராளம். நீங்கள் அங்கே போய் என்னென்ன செய்ய வேண்டும் என்பதற்கும் தனிப் பயிற்சி அளிப்பார்கள். பயிற்சி என்பதை அத்தனை சுலபமாக எடுத்துக் கொள்ள முடியாது.

என்ன இப்படிப் பாடாய்ப் படுத்துகிறார்களே என்று அலுத்துக் கொள்ள இயலாது. அத்தனை இன்னல்களையும் தாங்கிக் கொள்ளத்தான் வேண்டும். தாங்கிக் கொண்டு தாக்குப் பிடித்தால்தான் சாதனை படைக்கலாம். உலகப் புகழ்

டெல்லி, கொல்கத்தா, சென்னை, மும்பை ஆகிய நகரங்களைச் சேர்ந்த மாணவ, மாணவியர் சுனிதாவிடன் தொலைக் கலந்துரையாடலில் பங்கேற்றார்கள்.

பெறலாம். மற்றவர்கள் செய்யாத செயலைச் செய்தோம் என்ற மனநிறைவைப் பெறலாம்.

சுனிதாவுக்கு நீச்சலின் மேல் இருந்த ஆர்வம் அவரது விண்வெளிப் பயணப் பயிற்சிகளின்போது பெரிதும் உதவியாக இருந்தது.

எப்போதாவது தண்ணீருக்குள் நடந்து பார்க்க முயற்சி செய்திருக்கிறீர்களா? செய்து பாருங்கள். விண்வெளியில் நடப்பதும் ஏறக்குறைய அப்படிப்பட்டதுதான்.

இதில் என்னவொரு முக்கியமான வித்தியாசம் என்றால் விண்வெளியில் நீங்கள் சாதாரண உடைகளுடன் உலவ முடியாது. கனமான சுமை. அதைத் தூக்கிக் கொண்டு நடக்க வேண்டும்.

தண்ணீருக்கு அடியிலேயே ஒன்பது நாட்கள் தங்கி இருக்க முடியுமா உங்களால்? விண்வெளிப் பயணத்திற்கான பயிற்சியின் ஒரு பகுதி இது. சுனிதா இத்தகைய பயிற்சியையும் எடுத்துக் கொண்டார். நீமோ என்று குறிப்பிடப்படும் அமெரிக்க விண்வெளி ஆய்வு முகமையின் அக்வேரியஸ் என்ற அமைப்பில் ஒன்பது நாட்கள் தண்ணீருக்கடியில் இருந்து பயிற்சி பெற்றிருக்கிறார் சுனிதா.

நீங்கள் விண்ணில் பறக்க வேண்டி இருப்பது என்னவோ ஆறு மாதங்களுக்கு மட்டும்தான் என்று இருக்கும். ஆனால் அதற்குத் தேவைப்படும் பயிற்சிக்கான காலம் எவ்வளவு இருக்கலாம்? சுனிதாவுக்கு எட்டு ஆண்டுகள். முயற்சிக்கும் அது தரும் பலனுக்கும் உள்ள இடைவெளி இது. இதில் சோர்ந்து போகாமல் தாக்குப் பிடிப்பவர்களுக்கே பெருமை வந்து சேரும்.

தாக்குப் பிடிக்கும் திறன் என்பதற்கே தனியாகப் பயிற்சிகள் இருக்கின்றன. தாக்குப் பிடிக்க உங்களால் முடிந்தால் நீங்களும் சாதிக்கலாம்.

நான் உயர உயரப் போகிறேன்

2006 டிசம்பர் 9.

அமெரிக்க விண்வெளி ஓடம் விண்ணில் செலுத்தப் படுகிறது. எஸ்டிஎஸ் - 116 என்பது அதில் பயணம் செய்தவர்களைக் குறிக்கும் எண்.

விண்வெளி ஓடத்திற்குள் ஏறி அமர்ந்து விட்டால் அதன் விசைகள் இயக்கப்பட்டு எரிபொருள் பற்றி எரியத் தொடங்கி அது உங்களை விண்வெளியில் கொண்டு போய் விட்டுவிடும்.

டிசம்பர் 9-ஆம் நாள் தொடங்கிய பயணம் பன்னாட்டு விண்வெளி நிலையத்தை அடைய இரண்டு நாட்கள் ஆனது. சுனிதா அந்த ஆய்வுக் கூடத்திற்குள் நுழைந்தார். இனி ஆறு மாத காலத்திற்கு இங்கு ஒரு புதிய வாழ்க்கை.

தரையில் இருந்து சற்றொப்ப 360கிலோ மீட்டர் உயரம். மணிக்கு 27744 கிலோமீட்டர் என்ற சராசரி வேகம். இவ்வளவு வேகத்தில் பறப்பதால் ஒரு நாளின் இருபத்து நான்கு மணி நேர இடைவெளிக்குள் உலகத்தை 15.7 முறை சுற்றி வந்துவிடலாம். இவை பன்னாட்டு விண்வெளி நிலையம் பற்றிய தகவல்கள்.

இந்தப் பன்னாட்டு விண்வெளி நிலையம் அந்தரத்தில் பறந்து கொண்டிருக்கிறது. இதை 1998 ஆம் ஆண்டு நவம்பர் 20 ஆம் நாளன்று விண்வெளியில் கொண்டு போய் விட்டார்கள். சுனிதா வந்து சேர்ந்த நாள் வரையிலுமான இடைவெளியில் இந்தப் பன்னாட்டு விண்வெளி நிலையம் பூமியை 46 ஆயிரம் முறை வலம் வந்திருக்கிறது.

விண்வெளி நிலையத்தில் காலாலும் கையாலும் கம்பிகளைப் பற்றிக் கொண்டு நகர்ந்ததை நினைத்தால் நடப்பது என்றால் என்ன என்பதே மறந்து போய்விடும் என்பார் சுனிதா.

அமெரிக்கா, ரஷ்யா, கனடா, ஐரோப்பா, பிரேசில், ஜப்பான், இத்தாலி என்று உலகின் முன்னணிப் பகுதிகள் ஒருங்கிணைந்து இந்த முயற்சியில் வெற்றி பெற்றிருக்கின்றன. பதினைந்து நாடுகளைச் சேர்ந்த அரசுகள் இந்தப் பன்னாட்டு விண்வெளி நிலையத்திற்கான சட்ட விதிமுறைகளில் கையெழுத்திட்டிருக்கின்றன.

பன்னாட்டு விண்வெளி நிலையத்தில் நீங்கள் வாரத்திற்கு நான்கு நாட்கள் பணியாற்றினால் போதும். மீதி மூன்று நாட்கள் உங்களுக்கு விடுமுறைதான். ஆனால் இதில் என்ன ஒரு குறை என்றால் வீடு வரை போய்வந்துவிடுகிறேன் என்று பையைத் தூக்கிக் கொண்டு நீங்கள் கிளம்பிவிட முடியாது.

ஒன்றுமே இல்லாத விண்வெளியில் ஒரு குட்டி உலகம் போன்றது இது. அதை உருவாக்க வேண்டும். தரையிலிருந்து 360 கிலோமீட்டர் உயரம். அடித்தளம் என்று எதுவும் கிடையாது. பொருத்தி வைக்க எந்தப் பிடிமானமும் இல்லை.

4 லட்சம் கிலோ கிராம் எடை கொண்ட பொருட்களும் சாதனங்களும் அங்கே எடுத்துச் செல்லப்பட வேண்டும். 108.4 மீட்டர் நீளம் கொண்ட உடற்கூடு உருவாக்கப்பட வேண்டும்.

74 மீட்டர் நீளத்தில் தேவைக்கேற்பக் கழற்றிப் பூட்டிக் கொள்ளக் கூடிய பகுதிகள் அமைக்கப்பட வேண்டும். ஆறு பேர் தங்கி இருப்பதற்கான வசதிகள் செய்யப்பட வேண்டும்.

மனிதர்கள் வாழக் கூடிய சூழ்நிலையை ஏற்படுத்தும் விதத்தில் காற்றின் அழுத்தம் கட்டுப்படுத்தப்பட வேண்டும். இத்தகைய வசதி 1000 கன மீட்டர் அளவுக்கு ஏற்படுத்தப்பட வேண்டும்.

மின் சக்தித் தேவை 100 கிலோவாட். துவக்கத்தில் மின்கலங்களிலிருந்து பயன்படுத்திக் கொள்ளும் விதத்தில் அமைத்திருந்தார்கள். பிறகு சூரிய ஒளியிலிருந்து மின்சாரம் தயாரிக்கும் பலகைகளைப் பொருத்தினார்கள்.

இத்தனைக்கும் தேவைப்படும் பொருட்களை ஒவ் வொரு முறையும் பூமியில் இருந்து கொண்டு போய்ச்

சேர்க்க வேண்டும். இதற்காக நாற்பது பயணங்கள் மேற்கொள்ளப்பட்டிருக்கின்றன. மேலும் முப்பது பயணங்கள் தேவைப்படுகின்றன.

இவற்றைத் தவிர, பயன்படுத்தித் தீர்ந்து போகக் கூடிய பொருட்களையும் கொண்டு சென்று நிரப்ப வேண்டும். இந்த விண்வெளி நிலையம் விண்வெளியில் மிதந்து கொண்டே இருக்கும். தொடர்ந்து ஓடிக் கொண்டே இருக்கும். அதன் ஓட்டத்திற்காக எந்த விசையையும் பயன்படுத்த வேண்டியதில்லை. எரிபொருளுக்கு வேலை இல்லை. அதுதான் இதிலுள்ள இலவசம்.

தேவைப்படும் பொருட்களைக் கொண்டு போய்ச் சேர்ப்பதற்கு உலகின் பல்வேறு நாடுகள் தங்களது அறிவியல், தொழில்நுட்ப உதவிகளை அளித்திருக்கின்றன.

இந்த விண்வெளி நிலையத்திற்குள் பூமியில் இருப்பதைப் போலவே காற்றழுத்தம் கட்டுப்படுத்தப்பட்ட நிலையில் வைக்கப்பட்டிருக்கிறது. சுவாசிப்பதற்குத் தேவையான உயிர்வளியும் கட்டுக்குள் வைக்கப்பட்டுள்ளது.

தண்ணீர்த் தேவைகளை நிறைவேற்றும் வசதிகள் செய்யப்பட்டுள்ளன. எதிர்பாராத விதமாகத் தீ விபத்து ஏற்பட்டுவிட்டால் தீயை அணைப்பதற்கான சாதனங்களும் வைக்கப்பட்டிருக்கின்றன.

விண்வெளி நிலையத்தில் தங்கி இருப்பவர்கள் பயன்படுத்தும் தண்ணீரைத் திரட்டி, மறு சுழற்சி செய்து மீண்டும் உபயோகப்படுத்திக் கொள்ளும் விதத்திலும் ஏற்பாடுகள் செய்யப்பட்டிருக்கின்றன.

மனித உடலில் ஏற்படும் வளர்சிதை மாற்றங்களால் உருவாகும் கழிவுகளை நீக்குவதற்கும் தக்க முயற்சிகள் மேற்கொள்ளப்பட்டிருக்கின்றன. இதற்கு அடிப்படையாக அமைந்திருப்பவை செறிவூட்டப்பட்ட கரித்துண்டுகள்தான். இவைதான் அசுத்தங்களை வடிகட்டுவதற்குப் பயன்படுத்தப்படுகின்றன.

மூச்சு விடுவதற்குக் காற்றுக் கூடக் கிடைக்காது. தண்ணீரை எங்கே தேடுவது? சூரிய ஒளி மட்டும் கிடைக்கும்.

விண்வெளியில் சாப்பிடப்படும் உணவால் எலும்புகள் எத்தகைய விளைவுகளை எதிர்கொள்கின்றன என்பது சுனிதா கலந்து கொண்ட ஆராய்ச்சிகளில் முக்கியமானது.

இத்தகைய சூழ்நிலையில் அந்தரத்தில் சுற்றிக் கொண்டு இருக்கும் விண்வெளி நிலையம் உலகத்திலிருந்து தனிப்பட்ட உலகமாக உலவிக் கொண்டிருக்கிறது. இதனை எப்படி உருவாக்கிப் பராமரிக்கிறார்கள் என்பதே பெரிய விந்தை.

என்னென்ன செய்ய வேண்டும்?

அதிசய உலகம் என்று சொல்லத்தக்க பன்னாட்டு விண்வெளி நிலையத்தில் உங்களைக் கொண்டுபோய் விட்டுவிடுகிறார்கள். நீங்கள் அங்கே தினமும் செய்ய வேண்டிய பணிகள் என்னென்ன? நிறைய இருக்கின்றன. இவை நீங்கள் என்ன நோக்கத்திற்காக அனுப்பி வைக்கப்பட்டு இருக்கிறீர்கள் என்பதைப் பொருத்து மாறுபடலாம்.

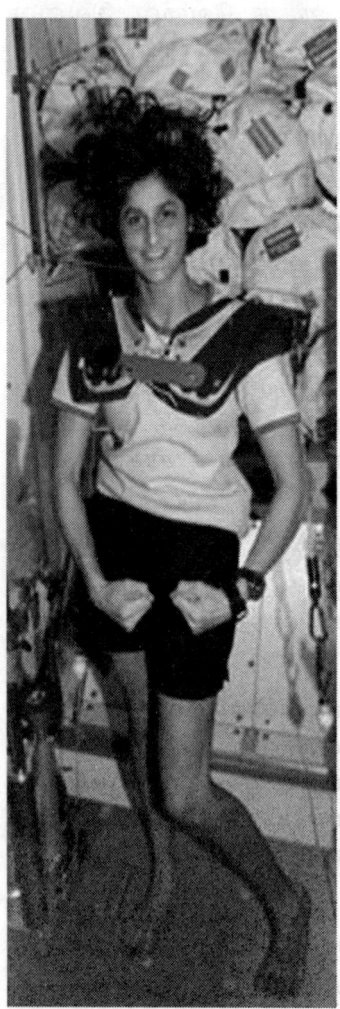

எதைச் செய்கிறீர்களோ இல்லையோ தினமும் உடற் பயிற்சி களை மேற்கொள்ள வேண்டியது கட்டாயம். ஈர்ப்பு விசை மிக மிகக் குறைவாக உள்ள சூழ்நிலையில் உங்கள் உடலும் உள்ளமும் சீராக இயங்க வேண்டுமானால் இந்த உடற்பயிற்சிகள் மிக மிக முக்கியம்.

அப்போதுதான் உங்கள் எலும்புகளும் தசைகளும் சொன்னபடி கேட்கும். உடற்பயிற்சிக்குச் சோம்பல் பட்டால் ஒன்றுமே நடக்காது.

தட களை ஓட்டப் பந்தயத்தில் கலந்து கொள்வதைப்

போன்றது இந்த உடற்பயிற்சி. இருபத்து ஐந்து நிமிட நேரம் வாகனம் ஓட்ட வேண்டும். எல்லாம் அரங்கிற் குள்ளேயேதான்.

இருபது நிமிடம் ஓட வேண்டும். அதாவது 2.7 கிலோ மீட்டர் தொலைவுக்குச் சமமான ஓட்டம். பல முறை மிதந்து பழக வேண்டும். இது தண்ணீரில் நீந்துவதைப் போலவே இருக்கும். இவை எல்லாவற்றையும் நீங்கள் விண்வெளி நிலையத்திற்குள் இருந்தபடியே செய்தாக வேண்டும்.

அப்பாடா... பயிற்சிகள் முடிந்தனவா என்கிறீர்களா? இல்லை. பளு தூக்க வேண்டும். சில பொருட்களைக் காலால் பற்றித் தூக்க வேண்டும். இவையெல்லாமே உங்கள் உடற் தசைகளைத் தக்கபடி வைத்துக் கொள்வதற்கான பயிற்சிகள்தான். சுவரை வைத்துத்தானே சித்திரம்?

நடைப் பயிற்சியை மட்டும் நீங்கள் விண்வெளி நிலையத்திற்கு வெளியிலும் வைத்துக் கொள்ளலாம். இது மனம் போன போக்கில் சுற்றுவதற்கான சுதந்திரம் அல்ல. சில பணிகளை மேற்கொள்வதற்காக அனுமதிக்கப்படுவது.

சுனிதா சோதித்தது என்ன?

சுனிதாவுக்குச் சில முக்கிய பொறுப்புகள் அளிக்கப்பட்டி ருந்தன. பன்னாட்டு விண்வெளி நிலையத்தின் வெளிப்புறப் பகுதியில் சில மின் இணைப்புகள் அறுந்து போய் இருந்தன. அவற்றைச் சீர் செய்ய வேண்டும்.

எடையற்ற நிலையில் விண்வெளியில் மிதந்தபடி இந்த வேலைகளைச் செய்ய வேண்டும். காலூன்றி நிற்க இடம் ஏது? பக்கத்தில் கருவிகளை வைத்துக் கொள்ளப் பெட்டி கிடையாது. மணிக்கு 27744 கிலோ மீட்டர் வேகத்தில் பறந்து சுற்றிக் கொண்டே பணிகளை முடிக்க வேண்டும்.

சுனிதா தயாரானார். விண்வெளி நிலையத்தின் கூட்டுக்குள் இருந்து வெளியே வர வேண்டும். 2006 டிசம்பர் 16 அன்று இந்த முயற்சியை மேற்கொண்டார் சுனிதா. அவருடன் உதவிக்குத் துணையாக வந்தவர் பாப் கர்பீம்.

இருவரும் பழுதுபார்ப்புப் பணிகளை மேற்கொண்டார்கள். இந்த வேலை ஏழு மணி முப்பத்தோரு நிமிடம் நீடித்தது.

விண்வெளிச் சூழலில் உணவு மற்றும் உடற் பயிற்சியால் ஏற்படும் மாற்றங்களை ஆராய விண்வெளிப் பயணிகள் இரத்தம் மற்றும் சிறுநீரை ஆய்வுக்குட்படுத்துவார்கள்.

எத்தனை இன்னல்கள் என்பதைச் சொல்லிப் புரிய வைக்க முடியாது. அவற்றைப் பொருத்துக் கொண்டு பணிகளைச் செவ்வனே முடித்தார் சுனிதா.

இதனையடுத்து விண்வெளியில் நடக்கும் பயிற்சிகளைச் செய்ய வேண்டும். விண்வெளியில் நடக்கும் போது ஏற்படக் கூடிய மாற்றங்கள், சிக்கல்களைப் பதிவு செய்ய வேண்டும்.

மைக்கேல் லோபஸ் அலெக்ரியா என்பவருடன் விண்வெளி நிலையத்திற்கு வெளியில் வந்து நடக்கும் பயிற்சிகளை மேற்கொண்டார் சுனிதா. 2007 ஜனவரி 31, பிப்ரவரி 4 மற்றும் 9 தேதிகளில் இந்த நடை பயணம் சாதிக்கப்பட்டது.

இந்த மூன்று பயணங்களும் மொத்தத்தில் 6 மணி 40 நிமிட அளவிற்கு மேற்கொள்ளப்பட்டன. இதனுடன் சேர்த்து ஒட்டு மொத்தமாக சுனிதா விண்வெளியில் 29 மணி 17 நிமிடங்கள் நடந்திருக்கிறார். இது ஓர் உலக சாதனை.

ஏனென்றால் இதற்கு முன் அதிக நேரம் விண்வெளியில் நடந்தவர் என்ற சாதனையை காதரீன் சி. தார்ன்டன் என்ற பெண்மணி நிகழ்த்தி இருந்தார். அந்த நேரத்தையும் தாண்டி அதிக நேரம் நடந்தவரானார் சுனிதா.

விண்வெளியில் நடக்கும் போது ஏற்படும் அனுபவம் விநோதமானது. உங்களைச் சுற்றிலும் என்ன நடக்கிறது என்பதைப் பார்க்க முடியும்.

அதாவது *360* டிகிரி கோணத்திலும் நீங்கள் திரும்பிப் பார்க்க இயலும். இதைக் கொஞ்சம் கற்பனைக் கண்ணோட்டத்துடன் எண்ணிப் பார்த்தால்தான் விளங்கும். தரையில் நின்று கொண்டு பார்க்கும் தொடுவானம் நேர்கோடு போலத் தோன்றும்.

விண்வெளியில் இதே காட்சி கோள வடிவமாகத் தெரியும். பூமியின் வளைபரப்பைப் பார்க்கலாம். விண்மீன்களைக் காணலாம். ஆரோரா எனப்படும் துருவ ஒளியைக் கண்டு ரசிக்கலாம். மெல்லிய பச்சை ஒளிக் கதிர் ஒன்று பூமிப் பந்தை மூடிக் கொண்டிருப்பது போல இது தோற்றம் தரும்.

விண்வெளியில் பறந்தபடி பூமியின் புவியியல் அமைப்பை ஆராயலாம். எத்தனை நூற்றாண்டுகளாக இந்த உலகம் இயங்கிக் கொண்டிருக்கிறது என்று வியந்து போகலாம்.

இத்தகைய அனுபவங்களை சுனிதா நேரடியாகப் பெற்றார். அவற்றைப் பெறுவதற்கு உண்டான வாய்ப்புக் கிடைக்கப் பெற்ற ஒரு சிலருள் அவரும் ஒருவரானார். வரலாற்றில் இடம் பெற்றார்.

வேடிக்கையா விளையாட்டா?

விண்வெளியில் பூஞ்சை அல்லது காளான்கள் எப்படி வளர்கின்றன என்று ஆராய்வது ஒரு சோதனை. இதனைச் செய்து பார்க்க வசதியாகச் சிறிய சாதனம் ஒன்று சுனிதாவுக்கு வழங்கப்பட்டிருந்தது.

விண்வெளியில் இந்தச் சோதனையைச் செய்து அதனை ஆராய்ந்து பார்ப்பதற்காக பூமிக்கு அனுப்ப வேண்டிய அவசியம் கிடையாது. அங்கேயே ஆய்வு முடிவுகளைத் தெரிந்து கொள்ள முடியும்.

அன்று *2007* மார்ச் *31* ஆம் நாள். சுனிதா தனது சோதனைக் கருவியில் பல சோதனைகளைச் செய்து பார்த்துக் கொண்டு இருந்தார்.

விண்வெளியில் தாவரங்களின் வளர்ச்சியில் ஏற்படும் மாற்றங்களை ஆராய்வதற்காகச் சில செடிகளை வளர்க்கும் சோதனைகளையும் சுனிதா செய்திருக்கிறார்.

முதல் இரண்டு சோதனைகள், சோதனைக் கருவி சரியாக வேலை செய்கிறதா என்பதைச் சோதிப்பதற்கானவை. நுண்ணுயிர்கள் வளர வாய்ப்புள்ள பகுதிகளை ஆராய்ந்து கொண்டிருந்தார் சுனிதா. சோதனைக் கருவி பூஞ்சைகள் இருப்பதற்கான சாத்தியம் அங்கு உள்ளதாகக் காட்டியது.

அசுத்தமான பகுதிகளைச் சோதித்தால் வெகு விரைவில் முடிவுகளைக் காட்டி விடும். சுத்தமான பகுதி என்றால் நீண்ட நேரம் ஆகும். பன்னிரெண்டு நிமிடங்களாகக் கருவி இயங்கிக் கொண்டிருந்தது.

விண்வெளியில் நுண்ணுயிர்கள் வளரும் நிலை ஏற்பட்டால் அது பயணிகளின் உடல் நலத்தைப் பாதிக்கும். அங்கிருந்து ஒட்டிக் கொண்டு வரக் கூடிய நுண்ணுயிர்களால் பூமியிலும் கொடிய விளைவுகள் ஏற்படக் கூடும். எனவே நுண்ணுயிர்கள் பற்றிய தகவல்கள் தீவிரமாகச் சோதிக்கப்பட வேண்டும்.

சுனிதா ஆராய்ந்து கொண்டே இருந்தார். கண்டிப்பாக இவ்வளவு நேரமாகக் கருவி இயங்கிக் கொண்டிருக்கவே வாய்ப்பில்லை. வேறு ஏதோ கோளாறு என்று உணர்ந்தார்.

இந்தச் சோதனைக்குப் பொறுப்பு அதிகாரி வெய்ன்ரைட். அவர், கருவி அதிக நேரம் எடுத்துக் கொள்கிறது என்றால் சோதிக்கப்படும் பரப்பு சுத்தமாக இருப்பது ஒரு காரணமாக இருக்கலாம் என்றார்.

அப்போதுதான் மணியைப் பார்த்தார் சுனிதா. கிரீன்விச் நேரப்படி நள்ளிரவு பன்னிரெண்டைத் தாண்டி இருந்தது. மார்ச் முப்பத்தோராம் தேதி முடிந்து ஏப்ரல் முதல் தேதி ஆரம்பித்திருந்த நேரம்.

முட்டாள்கள் தினம். இதை உணர்ந்து கொண்ட போதுதான் சுனிதாவுக்கு உண்மை புலப்பட்டது. விழுந்து விழுந்து சிரித்தார். சோதனைக் கருவியைச் சந்தேகப்பட்டது வீண் என்பதைப் புரிந்து கொண்டார்.

வேறுபட்ட இடங்கள், ஒன்றுபட்ட உள்ளங்கள்

சுனிதா இருந்தது விண்வெளி நிலையத்தில். அவரது அக்காள் தினா இருந்தது அமெரிக்காவில். இருவரையும் நேரடியாகப் பிரித்த உயரத்தின் அளவு 1,08,000 அடிகள்.

அன்பு நிறைந்த சகோதரிகள் இல்லையா? இருப்பிடம்தான் வேறு வேறாக இருந்தனவே தவிர அவர்களது உள்ளங்கள் ஒன்றாக இயங்கின. இணங்கின.

சுனிதா ட்ரெட்மில் சாதனத்தின் மேல் ஓடிக் கொண்டிருக் கிறார்.

தினா தரையில் ஓடுகிறார்.

சுனிதா கடற்படைச் சட்டையை அணிந்து கொண்டு ஓடுகிறார். அதில் 14000 என்ற ஓட்டப் பந்தய எண் பொறிக்கப்பட்டுள்ளது.அவரது ஓட்டத்தைக் கணகாணிக்க உதவியாக இருக்கும் கருவிகளும் சாதனங்களும் பெரும் இடைஞ்சலாக இருக்கின்றன.

எந்தச் சுமையும் இல்லாமல் தரையில் ஓடுகிறார் தினா.

மொத்தம் 4 மணி 24 நிமிடங்களுக்கான ஓட்டம்.

தினா ஓடியிருக்கக் கூடிய தொலைவு சில கிலோமீட்டர்கள்தான்.

விண்ணில் பறந்தபடியே ஓடிக் கொண்டிருந்த சுனிதா கடந்த தொலைவு 1,21,600 கிலோ மீட்டர். இதை ஒப்பிட்டுப் பார்க்கக் கொஞ்சம் ஐன்ஸ்டீனின் சார்பியல் கோட்பாட்டைப் புரட்டிப் பாருங்கள். இந்தத் தொலைவு ஏறக்குறைய பூமியை மூன்று முறை சுற்றி வந்ததற்குச் சமம்.

சென்னை ஐஐடியில் பயிலும் ஒருவரது கேள்விக்குத் தமது கடின உழைப்புக்குத் தக்க பலன் கிடைத்ததாகக் குறிப்பிட்டிருக்கிறார் சுனிதா.

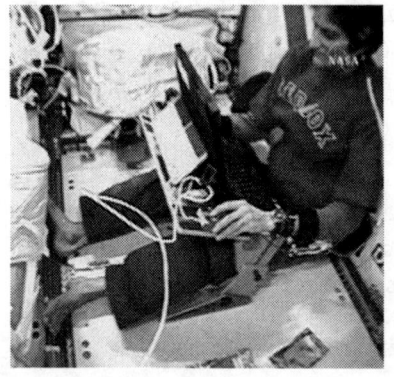

நீ அங்கே அத்தனை இன்னல்களையும் தாங்கிக் கொண்டு ஓடுகிறாய் இல்லையா.. அதே வேளையில் உன் துன்பங்களில் நானும் பங்கேற்கிறேன்.. இது உனக்கு ஊக்கம் அளிப்பதாக இருக்கும் என்று சொல்லாமல் சொல்லிக் கொண்டு ஓடிக் கொண்டிருந்தார் தினா.

மடிக் கணினி ஒன்றில் இந்தக் காட்சிகளைக் கண்டு மெய்சிலிர்த்துப் போனார் சுனிதா. தினாவுடன் கூட ஓடிக் கொண்டிருந்தவர் அமெரிக்க விண்வெளி ஆய்வு முகமையின் விண்வெளிப் பயணி காரென் நைபெர்க்.

தண்ணீருக்குள் 3 கிலோ மீட்டர் தரைக்கு மேல் 345

இதைக் கொஞ்சம் கற்பனை பண்ணிப் பாருங்கள்.

குறுகலான, அடைபட்ட இடம்.

வெளியில் உள்ள அழுத்தத்தைத் தாங்க முடியாது.

அதற்கென்று தனி உடைகள் வேண்டும்.

இந்த உடைகள் கனமானவை.

மூச்சு விடக் கூடச் செயற்கைச் சாதனங்கள் தேவை.

இருக்கும் இடம்தான் சிறிது.

ஆராயப்பட வேண்டிய பரப்போ விரிந்து பரந்தது.

இங்கே சூரிய ஒளியே எட்டிப் பார்க்காத அந்தகாரம்.

அங்கே ஒரு நாளைக்குப் பதினைந்து சூரியோதயங்கள்.

எதுவும் புரியவில்லையா?

டிம் ஷாங்க்ஸ். தண்ணீருக்குள் மூழ்கி ஆராய்ச்சி செய்யும் வல்லுநர்.

சுனிதா வில்லியம்ஸ். விண்வெளி வீராங்கனை.

2007 ஜனவரி 27.

இப்போது ஆரம்பத்தில் சொல்லப்பட்ட வாசகங்களைப் படித்தால் உங்களுக்குப் புரியும். டிம் ஷாங்க்ஸ் தரைக்கடியில் தண்ணீருக்குள் மூன்று கிலோ மீட்டர் ஆழத்தில் ஆராய்ந்து கொண்டிருக்கிறார்.

சுனிதா தரைக்குமேல் 345 கிலோ மீட்டர் உயரத்தில் பறந்து கொண்டிருக்கிறார்.

இரண்டு பேருடைய சூழ்நிலைகளிலும் பல ஒற்றுமை வேற்றுமைகள். இருவருக்கும் இடையில் இருந்த தூர இடைவெளியை மனக் கண் முன் கொண்டு வந்து பாருங்கள்.

இவர்கள் இருவரும் உரையாட முடிந்தால் எப்படி இருக்கும்? வித்தியாசமான அனுபவம் இல்லையா? ஹேம் ரேடியோ என்று சொல்லப்படும் வானொலி அமைப்பின் மூலமாக சுனிதாவும் டிம் ஷாங்க்ஸும் உரையாடிக் கொள்ள ஏற்பாடு செய்யப்பட்டது.

இவர்களுடன் நியூயார்க், ஆஸ்திரேலியா, கலிபோர்னியா ஆகிய பகுதிகளைச் சேர்ந்தவர்களும் கலந்து பேச வசதி செய்யப்பட்டிருந்தது.

பதினைந்து நிமிடங்கள் நீடித்த இந்தக் கலந்துரையாடல் விண், மண் அனுபவங்களை விளக்குவதாக இருந்தது.

மாணவ, மாணவியர், கல்வியாளர்கள், பொதுமக்கள் எனப் பலதரப்பினரும் இந்தக் கலந்துரையாடலில் பங்கேற்றார்கள்.

> *வாழ்த்துகள் ஆல்வின்..இது பன்னாட்டு விண்வெளி நிலையம் ஆல்பா. பூமிக்கு மேல் 250 மைல் உயரத்தில் பறந்து கொண்டிருக்கிறோம்.. இங்கு என் கண்களுக்கு முன்னால் எதுவும் தெரியவில்லை... ஆனால் அங்கு நீங்கள் விநோதமான பல காட்சிகளைக் கண்டு கொண்டிருப்பீர்கள் என்று நம்புகிறேன்...*

> *ஆமாம் சுனி.. நிச்சயமாக. உயிரினங்களின் ஒப்பற்ற விநோதங்களைப் பார்க்கிறேன்... அவற்றிற்குச் சற்றும்*

சுனிதா நடத்திய விநாடி வினா நிகழ்ச்சியில் வெற்றி பெற்ற புனித இதயப் பள்ளியைச் சேர்ந்த பூஜா சேத்துக்கு சுனிதா பற்றிய புத்தகம் பரிசாக அளிக்கப்பட்டது.

தொடர்பில்லாத அந்நியனாக உணர்கிறேன்.. நானும் நீங்களும் வாழ்க்கையின் இரு வேறு கோடிகளில் இருப்பதாக நினைக்கிறேன்..

உங்களது நிலையை எண்ணிப் பார்த்தால் கொஞ்சம் பொறாமையாகக் கூட இருக்கிறது...

நானும் உங்களது நிலையை நினைத்தால் அப்படித்தான் தோன்றுகிறது...

நல்ல வேடிக்கை.. அப்படியானால் இரண்டு பேருமே வேலைகளை மாற்றிக் கொள்ளலாமா? நான் கடலுக்கடியில் என்ன நடக்கிறது என்று ஆராய விரும்புகிறேன்.. நீங்கள் இங்கே வந்து பார்க்க நினைக்கலாமே..

எனக்கும் அப்படியொரு எண்ணம் தோன்றுகிறது..

சுனிதாவும் டிம் ஷாங்க்ஸும் இப்படி உரையாடிக் கொண்டிருந்த வேளையில் அவர்களுடன் கலந்துரையாடும் வாய்ப்பு இருபத்து நான்கு குழந்தைகளுக்கு வழங்கப்பட்டது.

இவர்கள் நான்கு மற்றும் ஐந்தாம் வகுப்புக் குழந்தைகள். தில்வொர்த் ஆரம்பப் பள்ளியைச் சேர்ந்தவர்கள். கொடுத்து வைத்த குழந்தைகள் என்று சொல்லக் கூடிய திறமைசாலிகள். இவர்களும் கலந்துரையாடலில் பங்கேற்றதைக் கேளுங்கள்.

விண்வெளியில் மிக மிகப் பரவசமாகத் தென்படும் காட்சி என்ன?

இங்கே இருந்தபடி பார்க்கக் கூடிய காட்சிகளிலேயே மிகவும் அற்புதமானது பூமி முழுவதையும் பார்க்க முடிவதுதான். அழகான காட்சி. நாம் வாழும் உலகம் எத்தனை அழகானது என்பதை உணர்த்துவது.

எங்களைப் போன்ற குழந்தைகள் உங்களைப் பின்பற்றி நடக்க விரும்பினால் என்ன அறிவுரை கூறுவீர்கள்?

நாமும் விண்வெளி வீரர் அல்லது வீராங்கனையாக ஆக வேண்டும் என்று யார் வேண்டுமானாலும் நினைக்கலாம். நீங்கள் எந்த அளவுக்கு உறுதியாக நினைக்கிறீர்களோ அதே அளவுக்கு உங்கள் நோக்கத்தையும் நிறைவேற்றிக் கொள்ளலாம். முதலில் உங்கள் மனதுக்குப் பிடித்தமான

வேலை அல்லது தொழிலைத் தேர்ந்தெடுத்துக் கொள்ளுங்கள். அதைச் சிறப்பாகச் செய்யுங்கள். எந்தப் பணி செய்பவராக இருந்தாலும் விண்வெளிப் பயணத்தில் அவருக்கேற்ற வாய்ப்பு காத்திருக்கவே செய்கிறது. இரண்டாவதாக நீங்கள் கவனம் செலுத்த வேண்டியது உங்களது உடல் நலத்தில்.

பன்னாட்டு விண்வெளி நிலையத்தை அடைவதற்கு எவ்வளவு நேரம் தேவைப்படும்?

எட்டரை நிமிடங்கள் போதும். விண்வெளிக்கு வந்துவிடலாம். ஆனால் பன்னாட்டு விண்வெளி நிலையத்திற்குள் நுழைவதற்கு இரண்டு நாட்கள் தேவைப்படும். நாம் ஏறி வரும் விண்வெளி ஓடத்தையும் பன்னாட்டு விண்வெளி நிலையத்தையும் ஒரே பாதையில் கொண்டுவந்து இணைக்க வேண்டும். இந்த வேலையைச் செய்வதற்குத்தான் அதிக நேரம் தேவைப்படும்.

எதிர்கால விண்வெளி வீரர்கள் மற்றும் வீராங்கனைகளுக்குத் தாங்கள் சொல்ல விரும்பும் அறிவுரை?

எதையும் துணிச்சலாகச் செய்யுங்கள். உடல் நலத்தில் கவனம் செலுத்துங்கள். இதில் அலட்சியம் வேண்டவே வேண்டாம். புதுப் புது விசயங்களைக் கற்றுக் கொள்வதில் ஆர்வம் காட்டுங்கள். நீங்கள் விரும்பும் இலக்கு எவ்வளவு தொலைவானாலும் சென்று அடைவீர்கள்.

எப்போதுமே மன இறுக்கம்தானா?

விண்வெளியில் பறப்பது எப்போதும் மன இறுக்கத்துடனேயே இருக்கக் கூடிய செயலா? மன மகிழ்ச்சிக்கு வாய்ப்பே இல்லையா? இப்படிச் சிலர் கேள்வி எழுப்பக் கூடும்.

விண்வெளிப் பயணம் என்பது உடலையும் உள்ளத்தையும் வருத்திக் கொள்ள வைக்கும் செயல்தான். மிக மிக நுட்பமாகவும் திறமையாகவும் செயல்பட வேண்டிய கடமைதான். இதற்காக இருபத்து நான்கு மணி நேரமும் மன இறுக்கத்துடன்தான் வேலை செய்தாக வேண்டும் என்பதில்லை.

விண்வெளி வாழ்க்கை நடத்துவது என்பது பறவையும் மீனுமாக வாழ்வதற்கு ஒப்பானது என்று குறிப்பிட்டிருக்கிறார் சுனிதா.

விண்வெளியிலும் வேடிக்கைகளுக்கும் விநோதங்களுக்கும் பஞ்சமில்லை. கொண்டாட்டங்களுக்குக் குறை வில்லை.

காலையில் உறங்கி விழிக்கிறீர்கள். உங்க ளுக்குப் பிடித்தமானது என்ன? இனிய, விருப்பமான இசையைக் கேட்க வேண்டுமா? செய்யலாம். சுனிதாவுக்கு பீட்டில்ஸ் குழுவினரின் பாடல்கள் மிகவும் பிடிக்கும்.

காலையில் கண் விழித்ததும் ஹியர் கம்ஸ் தி சன் என்ற பீட்டில்ஸ் பாடலைக் கேட்பதுதான் சுனிதா செய்யும் முதல் வேலை. விண்வெளி நிலையத்தில் போய் இறங்கிய முதல் நாள் காலையில் அவர் கேட்டதும் இந்தப் பாடலைத்தான். இங்கே வருகிறான் ஆதவன் என்ற வரிகள்தான் அந்தச் சமயத்தில் எத்தனை பொருத்தமான வரிகள்.

சமைக்கத் தெரியலாம்.. சாப்பிடத் தெரியுமா?

உங்களுக்கு நன்றாகச் சமைக்கத் தெரியலாம். அந்த வேலையைக் கூட விண்வெளியில் ஒரு வழியாகச் செய்து முடித்துவிடுவீர்கள். சமைத்ததைச் சாப்பிடத் தெரியுமா? திண்டாடிப் போவீர்கள். இதற்கு அளவற்ற பொறுமை வேண்டும்.

விண்வெளியில் சாப்பிடுவதற்குத் தயார் நிலையில் கிடைக்கும் உணவுப் பண்டங்களே பெரும்பாலும் கிடைக்கும். சுனிதாவிற்கு சுடு மிகவும் பிடிக்கும். இந்த சுடு என்பது சால்மன் மீனின் துண்டுகளால் செய்யப்பட்ட ஒரு வகைப் பக்குவம். இதுவும் பையில் அடைக்கப்பட்டுத்தான் வழங்கப்படும்.

இதனுடன் தடவிச் சாப்பிடச் சாந்து அவசியம். இதைப் பற்பசையைப் போல் குழல்களில் அடைத்துக் கொடுப்பார்கள். பிதுக்கி எடுத்துப் பயன்படுத்திக் கொள்ள வேண்டும்.

இதில் என்ன சிரமம் இருக்கப் போகிறது என்று நினைத்த சுனிதா சாந்துக் குழலைத் திறந்து அழுத்தினார். நீங்கள் ஒன்றை நினைவில் வைத்துக் கொள்ள வேண்டும்.

விண்வெளி நிலையத்திற்குள் ஈர்ப்பு விசை மிகமிகக் குறைவு. அழுத்தப்பட்ட சாந்து கண்டபடி பறந்து சிதறியது. எந்த வேலையை எப்படிச் செய்ய வேண்டும் என்று விளக்கிச் சொல்லும் குறிப்புகள் இருக்கும். இவை இயந்திர சாதனங்களுக்கானவை. உணவிற்கும் அப்படி இருக்குமா?

ஒருவேளை அத்தகைய குறிப்புகள் அளிக்கப்பட்டிருந்தாலும் இந்திய உணவு வகைகளின் விநோதம் பற்றி அமெரிக்க விண்வெளி ஆராய்ச்சியாளர்களுக்குத் தெரிந்திருக்க வாய்ப்புக் குறைவாயிற்றே?

மணக்க மணக்க இருந்த சாந்து. அழகான பச்சை நிறம். எங்கே போனது என்றே தெரியாத வகையில் காணாமல் போனது. கண்ட இடங்களிலும் பறந்து திரிந்து தொல்லை கொடுத்தது. வேடிக்கை காட்டும் பட்டாம்பூச்சியைப் போல் இடம் மாறிக் கொண்டிருந்த சாந்துத் திவலைகளைப் பிடிக்க முடியாமல் தடுமாறிப் போனார் சுனிதா. இப்படிப் பல வேடிக்கையான அனுபவங்கள்.

ஒரு வழியாக ஒவ்வொரு இடமாகத் தேடித் தேடிப் பார்த்துத் துடைத்துச் சுத்தம் செய்தார் சுனிதா. இருந்தாலும் பச்சைச் சாந்தின் மணம் அவ்வளவு எளிதில் போவதாக

ஆணாதிக்கம் மிகுந்த துறைகளில் பெண்கள் சாதிக்க சுனிதாவின் வாழ்க்கை ஓர் எடுத்துக்காட்டாய் அமையும் என்பதில் மாற்றுக் கருத்தே இருக்க முடியாது.

இருக்கவில்லை. படாதபாடு பட்டுப் போனதாகத் தனது தாயாரிடம் பிறகு ஒருமுறை தெரிவித்தார் சுனிதா.

நமக்குப் பிடித்ததாக இருக்கலாம். அது, கூட இருக்கும் மற்றவர்களுக்கு வெறுப்பானதாக அமையலாம் இல்லையா? இதில் இன்னொரு விசயத்தையும் கவனிக்க வேண்டும்.

பல வெளிநாட்டவர்களுக்கு இந்திய உணவு வகைகள் மிகவும் பிடித்துப் போய்விடுவது உண்டு. அத்தகைய சூழ்நிலையில் நீங்கள் உங்களுக்காக வைத்திருக்கும் உணவு வகைகளை அவர்கள் உரிமையோடு எடுத்துக் கொண்டு போய்விடுவதும் நடக்கும்.

சாந்து பறந்து போன நிகழ்ச்சிக்குப்பின் அந்தச் சாந்து பற்றி நினைத்தாலே சுனிதாவுக்குக் கலக்கமாக இருக்கும். சாந்து வைக்கப்பட்டிருந்த பக்கமே போக மாட்டார். அது ஏதோ தீண்டத்தகாத பொருளைப் போல் விண்வெளி நிலையத்தில் கவனிப்பாரற்றுக் கிடந்தது. முதல் குழலைத் திறந்ததோடு சரி. அதற்குப் பின் வேறு எந்தக் குழலையும் அவர் திறக்கவே இல்லை. எடுத்து வைத்தாலும் கொடுத்து வைக்காத குறைதான்.

விண்வெளிப் பயணத்திற்குத் தேர்ந்தெடுக்கப்படுபவர்கள் வெவ்வேறு நாடுகளைச் சேர்ந்தவர்களாக இருக்க வாய்ப்பு உண்டு. அவர்களது கலாச்சாரப் பின்னணிகளும் வேறுபடும்.

எனவே எல்லாருக்கும் ஒரே மாதிரியான உணவு வகைகளுக்கு ஏற்பாடு செய்வது என்பது இயலாத செயல். யார் எப்போது விடுமுறை எடுத்துக் கொள்ளலாம் என்பதில் தொடங்கி யாருக்கு என்ன வகை உணவு வேண்டும் என்பது வரை ஒவ்வொன்றையும் பார்த்துப் பார்த்துச் செய்வார்கள்.

மாதக் கணக்கில் விண்வெளியில் தங்கி இருந்து பணியாற்ற வேண்டும். இதனால் சலிப்போ வெறுப்போ ஏற்படாமல் இருக்கும் விதத்தில் அவரவர்கள் விரும்பும் உணவு வகைகளைத் தேர்ந்தெடுக்கப் பல வாய்ப்புகள் அளிக்கப்படும்.

பிடித்தமான உணவு வகைகளை அனுமதிக்கப்படும் எண்ணிக்கைக்கும் கூடுதலாக எடுத்துச் செல்லச் சலுகை

வழங்கப்படும். வெவ்வேறு பழக்க வழக்கங்கள். வெவ்வேறு உணவு வகைகள். விதவிதமான தயாரிப்பு முறைகள்.

சிந்திச் சிதறுகிற வகைத் தயாரிப்பு என்றால் சுத்தம் செய்வதற்குள் போதும் போதுமென்றாகிவிடும். விண்வெளி நிலையத்தின் எடையற்ற தன்மையை வைத்துப் பார்க்கும் போது சமைப்பதை விடவும் சாப்பிடுவதற்குத்தான் அதிகத் திறமை வேண்டும்.

யாருக்கு எந்த வகை உணவை எப்படிக் கொடுக்க வேண்டும் என்பதற்கே அமெரிக்க விண்வெளி முகமை பெரும் ஆராய்ச்சிகளைச் செய்கிறது. அதையும் மீறி பச்சைச் சாந்து மாதிரியான விநோதங்களைச் சமாளிக்க முடியாமல் போய்விடுகிறதே.

ஏங்கும் நாக்கைச் சமாளிப்பது எளிதானதல்ல

விண்வெளிப் பயணத்தில் தனிமை உணர்வு வாட்டி எடுக்கும். பிற பொழுது போக்குகளுக்கும் வாய்ப்பிருக்காது. இந்த நிலையில் நீங்கள் சாப்பிடும் உணவு உங்களுக்குப் பிடித்தமானதாகவும் நீங்கள் விரும்பும் சுவை கொண்டதாகவும் இருக்க வேண்டியது மிக மிக அவசியம்.

உணவுத் தேவைக்கு அதிக முக்கியத்துவம் கொடுக்கிறார்கள் அமெரிக்க விண்வெளி ஆய்வு முகமையினர். விண்வெளியில் பறப்பவர்களின் மனநிலை மாற்றமடையாமல் இருப்பதற்கு உணவுத் தேர்வில் அதிக கவனம் செலுத்துகிறார்கள்.

பாலா ஹால். உணவு வல்லுநர். அமெரிக்க விண்வெளி ஆய்வு முகமையால் நியமிக்கப்பட்டவர். உளவியல் ரீதியாகப் பார்க்க வேண்டிய தேவைகளுள் உணவு முக்கியமானது என்கிறார் இவர்.

விண்வெளியில் பறப்பவர்களுக்கு விருப்பமான உணவு அளிக்கப்பட வேண்டும். இது வித விதமானதாக இருக்க வேண்டும். ஒரே மாதிரியான தயாரிப்புகளாக இருக்கக் கூடாது.

அடுத்த வேளைக்கு இதுதான் கிடைக்கும் என்ற சலிப்பை ஏற்படுத்தாமல் என்ன கிடைக்கக் கூடும் என்ற

எல்லாம் நமது நினைப்பில்தான் இருக்கிறது. விண்வெளி வீராங்கனை ஆவதற்கு முன் கடற்படையில் இருந்தபோதும் ஆணாதிக்கம் மிக்க சூழல்தான் என்பார் சுனிதா.

எதிர்பார்ப்பையும் ஆச்சரியத்தையும் அளிக்கக் கூடியதாக அது அமைய வேண்டும்.

சாப்பிடுவது மகிழ்ச்சி தரக் கூடியதாக இருக்க வேண்டும். சாப்பிட்டு முடித்ததும் உங்கள் முகம் மலர வேண்டும். அதற்கு வகை செய்யாத உணவு வழங்கப்பட்டால் உளவியல் ரீதியிலான பாதிப்புகள் விண்வெளிப் பயணிகளுக்கு ஏற்படும் என்று எச்சரிக்கிறார் பாலா ஹால்.

பெரும்பாலான வெளிநாட்டவர்களுக்கு இந்திய உணவு வகைகள் என்றால் கொள்ளைப் பிரியம். கொலம்பஸ் இந்தியாவுக்குப் புதிய கடல்வழி கண்டுபிடிக்கக் காரணமாக அமைந்ததே இந்த நாவின் ஏக்கம்தானே?

அடுத்த ஆறு மாத காலத்திற்குச் சாப்பாட்டுத் தேவை கட்டுப்பாடானதுதான். எனவே விண்வெளிப் பயணம் கிளம்புவதற்கு முன்பாக வாய்க்கு ருசியாகச் சாப்பிட வேண்டும் என்று விரும்பினார் சுனிதா. தான் மட்டும் அப்படிச் சாப்பிட்டால் போதாது என்று அவர் நினைக்கவில்லை.

தன்னுடன் பயணம் செய்ய இருந்த மற்றவர்களுக்கும் இந்த வாய்ப்பை அளிக்க விரும்பினார் அவர். இது அவருக்கே சுகமான சுமையாக, இனிய தலைவலியாக மாறக்கூடும் என்று அவர் நினைத்துக் கூடப் பார்த்திருக்க மாட்டார்.

வெளிநாடுகளில் இந்திய உணவு வகைகளைத் தயாரித்துத் தரும் உணவகங்கள் ஏராளமாக இருக்கின்றன.

கனவரால் முனை. விண்வெளிப் பயணம் இங்கிருந்துதான் துவக்கப்பட வேண்டும். எங்கெல்லாம் அதிகமான எண்ணிக்கையில் வெளிநாட்டவர்கள் கூட நேர்கிறதோ அங்கெல்லாம் ஏதாவது ஒரு இந்திய வகை உணவு நிலையம் இருக்கும் என்று அடித்துச் சொல்லலாம். கனவரால் முனையும் அதற்கு விதிவிலக்கல்ல.

ஏராளமான வெளிநாட்டவர்கள் வந்து போகும் இடம் அது. இந்திய உணவு வகைகளை ஒரு கை பார்க்க ஏற்ற வகையில் அங்கு கோவா மாநிலத் தயாரிப்புகளை வழங்கும் உணவகம் ஒன்று இருக்கிறது.

கோவாவின் சுவை என்பது இந்த உணவகத்தின் பெயர். டேஸ்ட் ஆப் கோவா என்று பெயர்ப் பலகை சொல்லும். சுனிதா இந்த உணவகத்திற்கு வந்து சிறப்பு விருந்து ஒன்றிற்கு ஏற்பாடு செய்து விட்டுச் சென்றிருந்தார்.

தாங்கள் விண்வெளிப் பயணத்தைத் தொடங்குவதற்கு முன்பாக இங்கு மதிய உணவு அருந்த வேண்டும் என்பது அவரது ஆசை.

2006 டிசம்பர் 7 அன்று விண்வெளிப் பயணக் குழுவினர் கோவா உணவகத்திற்கு வந்து சேர்ந்தனர். இந்திய உணவு வகைகளை ஒரு பிடி பிடித்தனர்.

சாப்பிட்டு முடித்தால் உங்கள் முகத்தில் புன்னகை பூக்க வேண்டும் என்று பாலாஹால் சொல்கிற மாதிரியான விருந்து. பயணக் குழுவினர் அத்தனை பேரும் பாராட்டிய தயாரிப்பு.

சுனிதா தன்னுடன் விண்வெளிக்கு எடுத்துச் செல்ல விரும்பிய உணவு வகைகளைத் தயாரிக்கும் பொறுப்பை கோவா உணவகத்து உரிமையாளரிடம் ஒப்படைத்தார்.

எலும்பில்லாத, வறுத்த தந்தூரிக் கோழி இறைச்சி.
சப்பாத்தி.
சமோசா.
புளிச் சட்னி.
காரச் சட்னி.

தாம் ஓர் அமெரிக்கராக இருந்தாலும் இந்தியர்கள் தம்மீது வைத்துள்ள பாசத்தால் நெகிழ்ந்து போகிறார் சுனிதா.

தனக்காக சுனிதா கேட்டுக் கொண்ட உணவு வகைகளின் பட்டியல் இது.

அமெரிக்க விண்வெளி ஆய்வு முகமையும் தனது வழக்கப்படி விண்வெளிப் பயணிகள் விரும்பிக் கேட்கும் உணவு வகைகளைக் கூடுதல் சலுகையாக அளிக்கும்.

பஞ்சாப் முறைப்படியான காதி, பக்கோடா, காய்கறிக் கூட்டு, இனிப்புத் தயிர், கறி, மட்டர் பனீர். இவை சுனிதாவிற்கு அளிக்கப்பட்ட கூடுதல் சலுகை உணவுப் பண்டங்கள். இந்தியர் என்பதற்காக அளிக்கப்பட்ட சிறப்புத் தயாரிப்புகள்.

விண்வெளி நிலையத்தில் உணவு நேரம் இனிமையானது. அங்கு பணியாற்றும் அத்தனை பேரும் ஒன்றாக அமர்ந்து சாப்பிடக் கூடுவார்கள். இந்திய உணவு வகைகளின் விதவிதமான தயாரிப்புகளும் எண்ணிக்கையும் சுவையும் வெளிநாட்டவர்களைச் சுண்டி இழுக்கும்.

சுனிதாவிடம் கேட்டுக் கேட்டு வாங்கிச் சாப்பிடுவார்கள். ஸாக் பனீரும் சோலியும் அவர்களுக்கு ரொம்பவும் பிடிக்கும்.

நீங்கள் சமோசா சாப்பிட்டுப் பார்க்க வேண்டும்.. அதன் சுவைக்காக உயிரைக் கொடுக்கக் கூடத் தயங்க மாட்டீர்கள் என்பார் சுனிதா.

ஆகா.. அது எப்போது வரும் என்று நாக்கைச் சப்புக் கொண்டு காத்திருப்பார்கள் உடன் வந்த பயணிகள். அரிசிச் சோறோ, ரொட்டியோ, ரெய்த்தாவோ இல்லாமல் வெறும் சமோசாவைச் சாப்பிட்டால் சிலருக்குக் கொஞ்சம் அதிகப்படி காரமாகத் தெரியும். இருந்தாலும் யாரும் அதை விடுவதாக இல்லை.

விண்வெளியில் பறக்கும்போது உணவு சாப்பிடுவது வெறுப்பூட்டும் செயலாக விளங்குவதைத் தவிர்க்க முடியாது. எப்போது பார்த்தாலும் குழல்களில் அடைக்கப்பட்ட உணவு வகைகளையே சாப்பிடுவது என்பது சலிப்பூட்டும் விசயம்.

விரைவில் வீட்டுக்கு ஓடிப் போய் ஒரு கிண்ணம் பனிக் குழைவை வெட்ட வேண்டும் என்று விரும்புவார் சுனிதா. அது அவ்வளவு எளிதில் நடக்கக் கூடிய செயலா? 340 கிலோ மீட்டர் கீழே போக வேண்டுமே.

பருப்பு வகைகள் மற்றும் சாக்லெட் கலந்த பனிக் குழைவு என்றால் சுனிதாவுக்குக் கொள்ளை ஆசை.

புத்தாண்டு என்பது உலகம் முழுவதும் கொண்டாடப்படும் நிகழ்ச்சியாக உருவாகி இருக்கிறது. பூமியில் இருக்கும் போது கொண்டாட முடியும் என்பது சரி. விண்வெளியில் பறந்து கொண்டிருக்கும் போது அதற்கு வாய்ப்பு உண்டா? ஏன் இல்லாமல்?

விண்வெளி மையத்தில் இருந்தவர்களும் 2007 புத்தாண்டு தினத்தை வெகு சிறப்பாகக் கொண்டாடி மகிழ்ந்தார்கள். புத்தாண்டு புலர்ந்த தருணத்தில் அவர்கள் சூரியனைப் பார்க்கவில்லை.

முழு, வட்ட நிலவுதான் அவர்களுக்குப் பின்னால் ஒளி வீசிக் கொண்டிருந்தது.

புத்தாண்டு புலர்ந்ததைக் கவிதை வடிவில் தீட்டினார் சுனிதா.

இன்று 2007 ஜனவரி 1.

எங்கள் சன்னலுக்கு வெளியே...

சொர்க்கத்திற்கு மிக அருகில் நிற்கும் மானுடப் பிறவிகள் நாங்கள்

கீழே பூமியை நோக்குகிறோம்

நம்ப முடியாத காட்சி

அங்கே இருக்கும் கோடிக்கணக்கானோர் என்னவெல்லாம் சாதிக்கப் போகிறார்களோ?

எங்கள் நினைவுகள் காலங்களைக் கடந்து போகின்றன

எண்ணற்ற இன்னல்களும் தியாகங்களும் அவர்களை வார்த்தெடுக்கின்றன

அவர்களது உழைப்பின் கனியால்

சூரியக் கதிர்களால் இயங்கும் கலத்தைச் செலுத்து கிறோம்

மாறாத, என்றென்றும் நிலையான பாதையில் இன்றைய சாதனை எதனால் விளைந்தது?

தமது பயணம் பத்திரமாக அமைய வேண்டும் என்று வேண்டிக் கொண்ட கோடிக்கணக்கான இந்திய மக்களுக்கு என்றென்றும் நன்றி என்கிறார் சுனிதா.

உலகின் ஒன்றுபட்ட முயற்சியால்

நட்புணர்வால்

முகங்கள், மொழிகள், கொடிகள்

எல்லாம்

பட்டொளி வீசுகின்றன

எங்களுக்கு முன்பிருந்த எத்தனையோ பேர்களைப் போலவே நாங்களும்

எங்கள் வாழ்வினை அர்ப்பணிக்கிறோம்

எதிர்கால மனித இனம் இன்னும் மேம்படும் என்று

வரப்போகும் தேடல் நிறைந்தோர்களே

நீங்களே எங்களது ஊக்க சக்தி

தொடர்ந்து தேடுவோம்

ஒன்றுபட்ட உலகமாக

க்காற்றில் கருகிய நட்பு

சுனிதாவின் தோழியருள் குறிப்பிடத்தக்கவர் கல்பனா சாவ்லா. இந்தியாவில் பிறந்து வளர்ந்து அமெரிக்க விண்வெளி வீராங்கனை ஆனவர் கல்பனா சாவ்லா.

2003 பிப்ரவரி *1* அன்று விண்வெளியிலிருந்து பூமியைத் தொட இருந்த சிறிது நேரத்திற்கு முன்பாக ஏற்பட்ட விபத்தில் காற்றோடு காற்றாய்க் கரைந்து போன பெண்மணி.

சுனிதாவின் அன்புமிக்க தோழியாக விளங்கியவர் சாவ்லா. அவரிடமிருந்து தான் நிறையக் கற்றுக் கொண்டதாகச் சொல்வார் சுனிதா. அவருடன் இருந்தால் பொழுது போவதே தெரியாது என்பார்.

இந்திய இசையின் மேல் சாவ்லாவுக்கு இருந்த விருப்பம் அலாதியானது என்பார் சுனிதா. தனக்கும் இந்திய இசை பிடிக்கும் என்பதால் இருவரும் ஒத்த கருத்து உடையவர்களாக விளங்கியதாகக் குறிப்பிடுவார்.

சொல்லப் போனால் சுனிதாவுக்கு இந்திய இசையின் மேல் ஈடுபாடு வருவதற்குக் காரணமாக இருந்தவரே சாவ்லாதான். பல வித ராகங்களைக் கொண்ட ஒலி நாடாக்களை சுனிதாவுக்கு வழங்குவார் சாவ்லா.

கல்பனா சாவ்லா

நேரம் கிடைத்த போதெல்லாம் சுனிதாவும் சாவ்லாவும் ஒன்றாகப் பயணம் செய்வார்கள். மலையேறுவார்கள். சிறிய விமானத்தில் ஏறிக் கொண்டு பறப்பார்கள். பறவைகளைப் பார்த்து ரசிப்பார்கள்.

சாவ்லா இந்தப் பிரபஞ்சத்திற்கே சொந்தமான பெண்மணி என்று குறிப்பிடுவார் சுனிதா. சாவ்லா மறைவுக்குப் பின் சுனிதா இந்தியா வந்து போக வேண்டும் என்பதில் சாவ்லாவின் குடும்பத்தினர் பெரிதும் அக்கறை காட்டினார்கள்.

மறைந்து தங்கள் மகளை சுனிதாவின் வடிவில் பார்ப்பதாக அவர்கள் எண்ணி இருக்க வேண்டும். சுனிதாவும் சாவ்லாவின் குடும்பத்தினருக்காக இந்தியா வந்து போவதை அவசியக் கடமையாகக் கருதினார். அவ்வாறே வருகை தரவும் செய்தார்.

எதுவும் நடக்கும் என்று நம்பினால் கண்டிப்பாக நடக்கும். சாவ்லாவின் கனவுகளை நனவாக்கும் இந்திய வாரிசாக சுனிதா விளங்குகிறார். விண்ணிலிருந்து மண்ணுக்குத் திரும்பாமலே மறைந்து விட்ட அந்த மாபெரும் பெருமைக்குரிய பெண்மணியைத் தனது தோழியாகப் பெற்றது பெரும் பேறு என்று கருதுகிறார் சுனிதா.

விண்வெளியில் பறந்த இந்திய வம்சாவளியினர் வரிசையில் சுனிதா மூன்றாவது இடம் பெறுகிறார். பெண் என்ற முறையில் இரண்டாவது இடம்.

வெற்றி
வாகை

7

2007 ஜூன் 21.
இந்திய நேரப்படி இரவு 11.30க்கு அட்லாண்டிஸ் விண்வெளி ஓடம் தரை இறங்க வேண்டும். ஃப்ளாரிடாவிலுள்ள கென்னடி விண்வெளி மையம் பரபரப்பாக இயங்கிக் கொண்டிருந்தது.

பறக்கும் உயரத்தைக் குறைத்துக் கொண்டு தரை இறங்க வேண்டும். அதற்கான ஆணை பூமியிலிருந்து வர வேண்டும். ஆனால் அத்தகைய கட்டளை வந்து சேரவில்லை.

தாமதம்.

என்ன ஆகுமோ..ஏதாகுமோ?

பத்திரமாகத் தரை இறங்குவோமா?

கல்பனா சாவ்லாவுக்கு நேர்ந்தது போல் ஆகிவிடுமோ?

எதுவும் நடக்கலாம். எதுவும் உறுதி இல்லை.

கால நிலை மோசமாக இருந்தது. தரையிலிருந்து எட்டாயிரம் அடி உயரத்தில் கரு மேகங்கள் சூழ்ந்து கொண்டு நின்றன. எந்த நேரத்திலும் கடும் புயல் உருவாகக் கூடும்.

பூமி திரும்பும் திட்டம் கைவிடப்பட்டது.

இருபத்து நான்கு மணி நேரம்.

எப்படி இருந்திருக்கும் என்பதைச் சொல்ல வேண்டியதில்லை.

மனித குலம் முழுவதுமே அட்லாண்டிஸ் ஓடம் பத்திரமாகத் தரை இறங்க வேண்டும் என்று வேண்டிக் கொண்டு நின்றது. இந்தியாவைப் பற்றிக் கேட்கவே வேண்டியதில்லை.

ஆலயங்களில் பூசைகள். தேவாலயங்களில் வேண்டுதல் கள். பள்ளிவாசல்களில் தொழுகைகள்.

ஒட்டு மொத்தமாக ஒரு கோரிக்கை எழுப்பப்படும் போது அதன் விளைவுகள் தீவிரமாக ஒருமுகப்படுத்தப்படும். அப்படித்தான் நேர்ந்தது என்று சொல்ல வேண்டும்.

உயரத்தைத் தாழ்த்திக் கொண்டு ஓடத்தைத் தரை இறக்குவதற்கான சூழ்நிலை உருவாயிற்று. மணிக்கு 27 ஆயிரம் கிலோ மீட்டர் வேகத்தில் விண்வெளி ஓடம் சறுக்க ஆரம்பித்தது.

பூமிக்கு மேல் 40 ஆயிரம் அடி உயரத்தைத் தொட்டது. இந்திய நேரப்படி அதிகாலை 1.19க்கு கலிபோர்னியாவில்

அடுத்து விண்வெளியில் பறக்கக் கூடிய வாய்ப்பைப் பெறும் இந்திய வழித்தோன்றல் ஆணாக இருப்பதற்கான சாத்தியம் உள்ளதாகக் கூறுகிறார் சுனிதா.

உள்ள எட்வர்ட்ஸ் வான் முனையில் தரையிறங்கியது. பத்திரம். எல்லாரும் பத்திரம்.

194 நாட்கள். 18 மணி.15 நிமிடம். விண்வெளியில் இத்தனை காலம் தங்கி இருந்தவர் என்ற சாதனையோடு சுனிதா திரும்பி இருந்தார்.

அமெரிக்கா மொத்தமும் இந்த வெற்றியை, சாதனையை விழாவாகக் கொண்டாடியது.

இந்தியா மட்டும் சளைக்குமா என்ன?

அகமதாபாத்தில் விழாக் கோலம். அது பாண்ட்யா பிறந்த இடமாயிற்றே.

கர்னாலிலும் அதே நிலை. அது கல்பனா சாவ்லாவின் ஊர்.

தனது மகள் வெற்றிகரமாகவும் பத்திரமாகவும் திரும்ப வேண்டிக் கொண்ட அனைவருக்கும் நன்றி சொன்னார் பாண்ட்யா.

வானம்?

சுனிதாவுக்குத் தொட்டுவிடும் தூரம்தான்.

ஏன்..தொட்டுவிட்ட தூரம்தான்.

அடுத்தது?

கோள்களுக்கா குறை?

இலக்கை நிர்ணயித்துக் கொண்டால் எட்டுவது எளிதுதானே?

இந்தியாவும் சுனிதாவும்

குழந்தையாக இருந்த போதே தமது குடும்பத்தாரோடு பல முறை இந்தியா வந்து போயிருக்கிறார் சுனிதா.

இந்தியத் திரைப்படப் பாடல்களை விரும்பிப் பாடிக் கொண்டிருப்பார். இசக் தானா என்ற பாடலும் கபீ கபி என்ற பாடலும் அவர் அடிக்கடி முணுமுணுக்கும் வரிகள்.

குழந்தையாக இருந்த போது ஒரு முறை சொந்த மண்ணுக்கு வந்திருந்தார் சுனிதா. அவரை ஒட்டகத்தில்

ஏற்றிச் சென்று பல இடங்களைச் சுற்றிக் காண்பித்தார்கள். அமெரிக்கா திரும்பப் புறப்பட்டபோது சுனிதா ஒரேயடியாக அழத் தொடங்கிவிட்டார்.

தாங்கள் ஏறிச் சென்ற ஒட்டகத்தையும் கூடவே கூட்டிக் கொண்டு போக வேண்டும் என்பதற்காகவே அத்தனை ஆர்ப்பாட்டம். விண்வெளிப் பயணத்தைப் பத்திரமாக முடித்துக் கொண்டு சுனிதா பூமிக்குத் திரும்ப வேண்டும் என்பதற்காகப் பிரார்த்தனை செய்து கொண்ட ஜுலாசன் கிராமத்து மக்கள் சுனிதாவின் ஒட்டக ஆசை பற்றியும் சொல்லிச் சிரிப்பது வழக்கம்.

மலரும் நினைவுகள்

அமெரிக்க விண்வெளி ஆய்வு முகமைக்கு நேர்காணல் ஒன்றிற்காகச் சென்றிருந்தார் சுனிதா. நேர்காணல் நிகழ்ச்சி முடிந்தது. நிறைய ஓய்வு நேரம் இருந்தது. எனவே ஓட்டப் பயிற்சி செய்து கொண்டிருந்தார் சுனிதா.

அப்போது அவருக்கு அருகே கார் ஒன்று வந்து நின்றது. அதிலிருந்து இறங்கிய பெண்மணி நேர்காணல் செய்தவர்களுள் ஒருவர். சுனிதாவுக்கு ஒன்றும் புரியவில்லை. வந்தவரை ஏறிட்டுப் பார்த்தார்.

உங்களைப் பார்க்க வேண்டும் என்பதற்காக ஒருவர் வந்திருக்கிறார் என்று சொல்லி ஒரு பெண்மணியை அழைத்து வந்தார் அவர்.

அந்தப் பெண்மணி வேறு யாருமல்ல. நீதம் பள்ளியில் சுனிதாவின் ஆசிரியையாக இருந்த டி நபோலிதான். தனது

சுனிதா வில்லியம்ஸ் தம்பதிகளுக்குக் குழந்தைகள் இல்லை. தாங்கள் வளர்க்கும் செல்ல நாய்களையே குழந்தைகள் போல் இவர்கள் நேசிக்கிறார்கள்.

வகுப்புக் குழந்தைகளுக்குச் சொல்லித் தருவதற்காகச் சில தகவல்களைக் கேட்டுப் போவதற்காக அமெரிக்க விண்வெளி ஆய்வு முகமைக்கு வந்திருந்தாராம்.

தன்னிடம் படித்த சுனிதா என்ற பெண் அங்கு இருக்கிறார் என்பதைத் தெரிந்து கொண்டு காண வந்திருக்கிறார். தனது ஆசிரியையின் அன்பை நினைத்து உருகிப் போனார் சுனிதா.

நீதம் பள்ளியில் டி நபோலி நடத்தும் வகுப்பில் கலந்து கொண்டு பள்ளிக் குழந்தைகளில் பல ஐயங்களைத் தீர்த்து வைத்தார் சுனிதா. சுனிதாவும் டி நபோலியும் மீண்டும் சேர்ந்து பழகும் வாய்ப்பு இத்தகைய நிகழ்ச்சிகளால் அதிகமாயிற்று.

தொலைக்காட்சி இணைப்பு மூலமாகவும் பல பாடங் களை நடத்தினார். பதினைந்து நிமிடங்கள் தொடரலாம் என்று அனுமதிக்கப்பட்ட இந்த நிகழ்ச்சி நாற்பத்தைந்து நிமிடங்களைக் கடந்தது. அதிலிருந்தே அதன் பயன்பாட் டையும் சுவையையும் அறியலாம்.

சுனிதாவின் பல்வேறு விண்வெளி நடவடிக்கைகள், பயிற்சிகளை நீதம் பள்ளிக் குழந்தைகள் கண்டுகளிக்க வாய்ப்பு ஏற்பட்டது. விண்வெளியில் பறக்கும் போது மென்பானத்தை எப்படி உறிஞ்சிக் குடிக்க வேண்டும் என்று சுனிதா செய்து காட்டியது குழந்தைகளை வெகுவாகக் கவர்ந்தது.

உறிஞ்சுவதில் கவனக் குறைவாக இருந்தால் என்ன ஆகும்? மென் பானம் திவலைகளாக மாறி உறிஞ்சு குழாயை விட்டுப் பறக்கும். கோளமாக விரியும். பறந்து போய் எதன் மீதாவது மோதி உடைந்து போகும்.

இது போன்ற செயல் விளக்கங்களைப் பார்க்கும் பள்ளிக் குழந்தைகளுக்குத் தாங்களும் பறப்பது போன்ற எண்ணம் உருவாகும். பறக்க வேண்டும் என்ற இலட்சியமும் தோன்றும்.

டி நபோலியின் வகுப்பில் ரெபெக்கா பிலிப்ஸ் என்று பதினோரு வயது மாணவி ஒருத்தி. சுனிதாவிடம் ரொம்பவும் அன்பாகப் பழகக் கூடியவள். சுனிதாவுக்கும் அவளை மிகவும் பிடிக்கும். ரெபேக்காவின் தந்தையும் சுனிதாவின்

தந்தையைப் போலவே ஒரு மருத்துவர் என்பதும் இந்த அன்புப் பரிமாற்றத்திற்கு ஒரு காரணம்.

சுனிதாவுடன் நீச்சல் பயிற்சி எடுத்துக் கொண்ட பெண்களில் பாம் சென் முக்கியமானவர். இவர் கால்நடை மருத்துவராக விளங்குகிறார். அடிக்கடி சுனிதாவுடன் கடிதப் போக்குவரத்து வைத்துக் கொள்வார்.

ஓஹியோவில் வசிக்கும் சார்லீ லோவன்ஸ் இன்னொரு நெருக்கமான தோழி. சுனிதா விண்வெளிப் பயணத்தைத் தொடங்குவதற்கு முன் இவர்கள் இருவரும் வந்திருந்து வாழ்த்தினார்கள்.

சுனிதாவின் பணி காரணமாக அவரால் பல தோழியர் களுடன் தொடர்பு கொள்ள முடியாமல் போனது. விண்வெளிச் சாதனை புரிந்த பிறகு சுனிதாவின் விவரங்களைத் தெரிந்து கொள்ளும் தோழிகள் மின்னஞ்சல் மூலம் தொடர்பு கொள்வார்கள். சுனிதாவும் விடுபட்டுப் போன நட்பைப் புதுப்பிப்பதில் ஆர்வம் காட்டுவார்.

கடற்படைக் கழகத்தில் பயின்ற போது உடன் படித்த தோழியரும் சுனிதாவுடன் தொடர்ந்து தொடர்பு வைத்துக் கொண்டு வருகிறார்கள்.

ஹீய்டி, டெப்பீ, விக்கி என்ற மூன்று பேர் சுனிதாவின் அறைத் தோழிகள். சுனிதாவின் திருமணத்தில் இவர்கள் தவறாமல் வந்து கலந்து கொண்டார்கள்.

சுனிதாவின் நாற்பதாவது பிறந்த நாளின் போது எதிர்பாராத இன்ப அதிர்ச்சி கொடுத்தார்கள். நேரில் வந்து வாழ்த்தினார்கள். காட் முனையில் விருந்து அளித்தார்கள்.

நீதம் நகரம் சுனிதாவின் வாழ்க்கையில் மறக்க முடியாத இடம். அவரது வாழ்க்கை உருவான இடம் அதுதான் என்று சொல்லலாம்.

தங்கள் ஊரைச் சேர்ந்த ஒருவர் உலகப் புகழ் பெற்றிருப்பதை அந்த நகரம் எப்படி நினைவுகூர்கிறது? குழந்தைகளுக்கான பூங்கா ஒன்றை அங்கு உருவாக்கி இருக்கிறார்கள். அதற்கு சுனிதாவின் பெயரைச் சூட்டி இருக்கிறார்கள்.

விண்வெளியில் இருக்கும் போது யாரைப் பிரிந்திருப்பது கடினமாக இருந்தது என்ற கேள்விக்கு நாய் மற்றும் கணவர் என்ற சுனிதா கணவருக்கு அதிக முக்கியத்துவம் அளித்தார்.

இந்தப் பூங்கா வழக்கமான பூங்காக்களில் இருந்து மாறுபட்டது. இங்கு விண்வெளி ஓடங்கள், கோள்கள், விண்மீன்கள் போன்றவற்றின் மாதிரிகள் வைக்கப்பட்டு இருக்கின்றன. சிறு வயதில் சுனிதா படித்த பல புத்தகங்களும் இதில் இடம் பெற்று உள்ளன. தி லிட்டில் இஞ்சின் தட் குட், க்யூரியஸ் ஜார்ஜ் அண்ட் தி ராக்கெட் முதலிய புத்தகங்கள் இவற்றில் முக்கியமானவை.

ரோன் ஹாரிஸ் என்பவர் உலகப் புகழ் பெற்ற ஓட்டப் பந்தய வீராங்கனை. இவர் சுனிதாவுடன் கடற்படைக் கழகத்தில் ஒன்றாகப் படித்தவர். தடகள விளையாட்டுக் கழகத்தில் இயக்குநராகப் பணியாற்றும் இவர் சுனிதாவைக் கவுரவிக்கும் முயற்சிகளை மேற்கொண்டிருக்கிறார்.

மேரிலாண்ட் முதல் பாஸ்டன் வரையிலான நெடுந் தொலைவு ஓட்டங்களுக்கு ஏற்பாடு செய்கிறார். இத்தகைய ஓட்டங்களில் சுனிதாவும் தினாவும் கூடக் கலந்து கொண்டது உண்டு.

தன்னிடம் பயிலும் மாணவ, மாணவியரைக் கொண்டு சுனிதா பேரவை என்று சொல்லத்தக்க அமைப்பு ஒன்றை உருவாக்கி இருக்கிறார். இதற்கு சுனிஸ் எர்த் சப்போட் டீம் என்று பெயர் சூட்டி உள்ளார்.

விண்வெளிப் பயணம் பற்றி சுனிதா என்ன நினைக் கிறார்?

இரவு நெருங்க நெருங்க இருள் சூழத் தொடங்கும். பகலில் எதுவுமே இல்லாதது போல் வறண்டு காணப்படும் பூமி இரவு தொடங்கும் வேளையில் கண் சிமிட்ட ஆரம்பிக்கும்.

சின்னச் சின்ன வெளிச்சப் பொட்டுகள் இங்குமங்கும் தோன்றும். போகப் போக ஒளிப் பந்தாக அது உருவெடுக்கும். காண்பதற்குக் கண்கொள்ளாக் காட்சியாக இருக்கும் இது.

என்ன இருந்தாலும் கடலும் அதன் நீரும் இல்லாமல் தனித்து இருப்பது வெறுப்பூட்டும். கடலின் அலைகள், அதன் குளிர்ச்சி, அதன் வாசம் எல்லாவற்றையும் எப்போது உணர்வோம் என்று உள்ளம் ஏங்கும். பூமி என்ற அழகான நமது கோளுக்கு எப்போது திரும்புவோம் என்றிருக்கும்.

விண்வெளிப் பயணம் எவ்வளவுதான் கிளர்ச்சி ஊட்டக் கூடியதாக இருந்தாலும் இன்றும் அது ஆபத்து நிறைந்ததாகவே இருக்கிறது.

அதற்காக யாரும் நான் விண்வெளிக்குப் போக மாட்டேன் என்று சொல்லப் போவதில்லை. என்னைப் போலவே பறக்க நினைப்பார்கள். மிதக்க முன்வருவார்கள். சாதனைகளை முறியடிக்க நினைப்பார்கள்.

பூமி வாழ்க்கை என்பது இரு பரிமாணம் கொண்டது. வெளி என்பது முப்பரிமாணம் உடையது. இதை அனுபவித்துப் பார்த்தால்தான் உணர முடியும்.

இந்தியப் பயணம்

8

விண்வெளியில் சாதனை படைத்த பின் 2007 அக்டோபரில் இந்தியாவிற்கு வருகை தந்தார் சுனிதா.

ஹைதராபாத்தில் நடத்தப்பட்ட பன்னாட்டு விண்வெளிப் பயண மாநாட்டில் கலந்து கொண்டார்.

டெல்லியில் ஐக்கிய முற்போக்குக் கூட்டணிக் கட்சிகளின் தலைவர் திருமதி சோனியா காந்தியையும் சந்தித்தார்.

குடியரசுத் தலைவர் மாளிகையில் குடியரசுத் தலைவர் பிராதிபா பாட்டீலைச் சந்தித்துப் பேசினார். முக்கால் மணி நேரம் இந்தச் சந்திப்பு நீடித்தது.

விண்வெளியில் தங்கி இருந்த 195 நாட்களிலும் உடல் நலத்தை எப்படிப் பராமரித்தீர்கள் என்று அக்கறையோடு விசாரித்தார் குடியரசுத் தலைவர். விண்வெளி ஆய்வுகளால் மனித குலம் அடையக் கூடிய நன்மைகள் பற்றி இருவரும் விரிவாகப் பேசினார்கள்.

சுனிதாவுக்கு சமோசா என்றால் உயிர் என்பதைக் குடியரசுத் தலைவர் தெரிந்து வைத்திருக்கிறார். சுனிதாவுக்கு அளிக்கப்பட்ட விருந்தில் உங்களுக்குப் பிடித்தமான சமோசா இதோ என்று அவரே எடுத்து வந்து சுனிதாவுக்கு அதைப் பரிமாறி எல்லாரையும் ஆச்சரியத்தில் ஆழ்த்தினார்.

சுனிதா வில்லியம்ஸின்
வாழ்க்கையில் குறிப்பிடத் தக்கவர்கள்

9

தீபக் என். பாண்ட்யா

சுனிதாவின் தந்தை. நரம்பியல் மருத்துவத்தில் வல்லுநர். இவரது ஆராய்ச்சிக் கட்டுரைகள் பல முக்கிய மருத்துவ இதழ்களில் வெளியாகி இருக்கின்றன. இவற்றின் எண்ணிக்கை 121. சிறந்த கல்வியாளர்.

போனி ஊர்ஸலைன் ஜலோகார்

சுனிதாவின் தாயார். குழந்தைகளை வளர்ப்பதற்கே அதிக காலத்தைச் செலவிட்டு விட்ட போதிலும் மீண்டும் வேலை, படிப்பு என்று தொடர்ந்தவர். வணிக மேலாண்மையில் பட்டம் பெற்றவர். பாஸ்டன் கல்லூரியில் தொழில் முனைவோருக்கான திட்டம் ஒன்றில் ஒருங்கிணைப்பாளராகப் பணியாற்றியவர். இதிலிருந்து 1995 இல் ஓய்வு பெற்றார்.

கோர்பி அண்ட் தி ஆஸ்ட்ரநாட் என்ற பெயரில் குழந்தைகளுக்கான புத்தகம் ஒன்றை எழுதி வருகிறார். இதில் சுனிதாவின் வாழ்க்கை பற்றியும் அவரது செல்ல நாய் கோர்பி பற்றியும் விவரிக்கிறார்.

டோனி

சுனிதாவின் மாமா. கடற்படை வீரர். வியட்நாமில் பணியாற்றியவர். 33 வயதில் விபத்து ஒன்றில் காலமானார்.

ஹான்க்

சுனிதாவின் இன்னொரு மாமா. ஜெனரல் மோட்டார்ஸ் நிறுவனத்தில் பணியாற்றியவர்.

ஜே

சுனிதாவின் அண்ணன்.

தினா

சுனிதாவின் அக்காள்

திருமதி ஆஞ்சலா டி நபோலி

சுனிதாவின் ஐந்தாம் வகுப்பு ஆசிரியை. சுனிதாவின் மேல் அளவற்ற அன்பு வைத்திருந்தவர். சுனிதா நாஸாவில் சேர்ந்த பிறகு அவரை அழைத்து வந்து தமது பள்ளிக் குழந்தைகளுக்குப் பாடம் நடத்தச் செய்தவர்.

ப்ரூஸ் ஸ்பிரிங்ஸ்டீன்

ஜேம்ஸ் டெய்லர்

டாட் ரங்ரென்

டான் ஃபோகல்பெர்க்

க்வீன்

எல்டன் ஜான்

சிகாகோ

அமெரிக்கா

சூப்பர் ட்ராம்ப்
ஃப்ளீட்வுட் மாக்
பீட்டர் காபிரியேல்
ப்ரூஸ் ஹார்ன்ஸ்பி அண்ட் தி ரேஞ்ச்
ஸ்டீவ் வின்வுட்
யு2
ஏரோஸ்மித்
ராபர்ட் பால்மர்

சுனிதாவிற்குப் பிடித்தமான பாடகர்கள் மற்றும் இசைக்குழுக்கள்.

சுனிதாவளர்த்த செல்ல நாய்கள்.
லஸ்ஸீ
பாஞ்ஜோ
ஸாஸ்ஸி
சிர்ப்பி
கோல்
எல்ஸீ
கோர்பி
மைக்கேல் வில்லியம்ஸ்

சுனிதாவுடன் ஒரே வகுப்பில் படித்த நண்பர். பின்னாளில் கணவர்.

கடற்படைக் கழகத்தில் சுனிதாவுடன் படித்தவர்கள்.
ஹீடி மோஸர்
டெப்பீ க்ளாட்
விக்கி வெப்ஸ்டர்
ரோன் ஹாரிஸ்
ஜான் யங்

விமானங்களை இயக்குவதற்குப் பயிற்சி தரும் பயிற்றுநர். அதிக அனுபவம் கொண்டவர். சுனிதாவின் விண்வெளிப் பயண ஆசைக்கு அடித்தளமிட்டவர்.
மார்க் போலன்ஸ்க்கி
வில்லியம்ஓபலீன்

நிகோலஸ் பேட்ரிக்
பாப் கர்பீம்
கிறிஸ்டர் ப்யூகிள்ஸாங்
மைக்கேல் லோபஸ் அலெக்ரியா

விண்வெளிப் பயணக் குழு உறுப்பினர்கள். சுனிதாவுடன் பயணம் செய்தவர்கள்.

காதரீன் சி. தார்ன்டன்

அதிக நேரம் விண்வெளியில் நடந்த பெண் வீராங்கனை என்ற சாதனையை நிகழ்த்தி இருந்தவர். சுனிதா இந்தச் சாதனையை முறியடித்தார்.

காரென் நைபெர்க்

சுனிதாவின் சகோதரி தினாவுடன் நெடுந் தொலைவு ஓட்டத்தில் பங்கேற்றவர். சுனிதா விண்ணில் ஓடிக் கொண்டிருந்த அதே வேளையில் இவர்கள் இருவரும் மண்ணில் ஓடிக் கொண்டிருந்தார்கள்.

டிம் ஷாங்க்ஸ்

தண்ணீருக்குள் மூழ்கி ஆராய்ச்சி செய்யும் வல்லுநர். இவரும் சுனிதாவும் கலந்துரையாடிய நிகழ்ச்சி புதுமையானது. எந்த வகையில் இந்தப் புதுமை நிகழ்த்தப்பட்டது? விவரம் ..ஆம் பக்கத்தில்

பீட்டில்ஸ்

பிரபல இசைக் குழு. இவர்களது பாடல்கள் சுனிதாவுக்கு மிகவும் பிடிக்கும். விண்வெளியில் தங்கி இருந்த போது சுனிதா எந்தப் பாடலை விரும்பிக் கேட்டார்? தெரிந்து கொள்ள .. ஆம் பக்கத்தைப் பாருங்கள்.

பாலா ஹால்

விண்வெளி நிலைய உணவு வல்லுநர். விண்வெளிக்குச் செல்பவர்களுக்கு எத்தகைய உணவு வழங்கப்பட வேண்டும் என்று விளக்குபவர். இதில் தவறு ஏற்பட்டால் என்ன ஆகும்?

ஜோவன் ஹிக்கின்

சுனிதாவுடன் விண்வெளிப் பயணம் சென்றவர். சுனிதாவின் கூந்தலை அறுத்தவர். ஏன்?

ரெபேக்கா பிலிப்ஸ்

சுனிதாவின் ஆசிரியையான டி நபோலியின் வகுப்பில் பயின்று வந்த சிறுமி. இவளிடம் சுனிதா அதிக அன்பு பாராட்டியது ஏன்?

பாம் சென்

சார்லீ லோவன்ஸ்

சுனிதாவின் நீச்சல் தோழிகள். இவர்கள் பல ஆண்டுகளுக் குப் பின் நேரில் வந்து கலந்து கொண்ட முக்கிய நிகழ்ச்சி எது?

சுனிதா வில்லியம்ஸின் வரலாற்றில் முக்கிய பங்கு பெறும் இடங்கள்

மாங்க்ரோல்

சுனிதாவின் தந்தை தீபக் பாண்ட்யா பிறந்த கிராமம்.

ஜுலாசன்

தீபக் பாண்ட்யா பள்ளிப் படிப்பைத் தொடங்கிய இடம். வடக்கு குஜராத்தில் இருக்கிறது.

அகமதாபாத்

பாண்ட்யா உயர்கல்வி பெற்ற இடம்.

சூரத்

பாண்ட்யா மருத்துவம் படித்த நகரம்

ஜுனாகத்

பாண்ட்யா பயிற்சி மருத்துவராகப் பணியாற்றிய இடம்.

ஓஹியோ

தீபக் இங்குள்ள யூக்ளிட் பொது மருத்துவமனையில் பயிற்சியாளராகச் சேர்ந்தார்.

கிளீவ்லாந்து

இங்கு கேஸ் வெஸ்டர்ன் ரிசர்வ் இன்ஸ்டிடியூட்டில் பாண்ட்யா மருத்துவ ஆராய்ச்சியைத் தொடங்கினார்.

பாஸ்டன்

பாண்ட்யா தமது ஆராய்ச்சிப் படிப்பைத் தொடர்வதற்காகச் சென்ற இடம்.

ஹார்வர்ட் மருத்துவக் கல்லூரி

பாஸ்டன் பல்கலைக் கழக மருத்துவக் கல்லூரி

பாண்ட்யா பேராசிரியராகப் பணியாற்றிய கல்வி நிலையங்கள்

ஹில்ஸைட் துவக்கப் பள்ளி
சுனிதா முன் மழலையர் வகுப்பு முதல் ஆறாம்வகுப்பு வரை படித்த பள்ளி

நியூமன் இளம் உயர்நிலைப் பள்ளி
ஏழு முதல் ஒன்பது வகுப்பு வரை படித்த பள்ளி

நீதம் உயர் நிலைப்பள்ளி
பத்து முதல் பன்னிரெண்டாம் வகுப்பு வரை படித்த பள்ளி

வெல்லெஸ்லி கல்லூரி
சுனிதா நீச்சல் பயிற்சியாளராகப் பணியாற்றிய கல்வி நிலையம்

நியூஹாம்ப்யர்
நீச்சல் மற்றும் மலையேற்றப் பயிற்சி நடத்தப்பட்ட இடங்களுள் ஒன்று.

ஒயிட் மவுண்டன்ஸ்
மலையேற்றப் பயிற்சி நடத்தப்பட்ட மலை. சுனிதாவுக்குப் பிடித்த முகாம்களுள் ஒன்று.

ஸ்விப்ட்
ஒரு நதி. நீச்சல் பயிற்சிக்கு சுனிதாவிற்குப் பிடித்தமான ஆறு.

எம்ஐடி
இங்கு நடத்தப்படும் கருத்தரங்குகள், சொற்பொழிவு களுக்குத் தமது குழந்தைகளை இட்டுச் செல்வது பாண்ட்யாவின் வழக்கம்.

சிட்டி ஹாஸ்பிட்டல்
தீபக் பணியாற்றி வந்த பாஸ்டன் நகர மருத்துவ மனை. இங்குள்ள ஆராய்ச்சிக் கூடத்திற்குக் குழந்தைகளை அழைத்துச் சென்று காட்டுவார் தீபக்.

சார்லஸ்
இது ஒரு நதியின் பெயர். இங்குதான் சுனிதா குடும்பத்தினர் படகு விடுவதற்கான பயிற்சிகளைப் பெறுவார்கள்.

வாபன் ஏரி
இங்கு சுனிதா குடும்பத்தினர் தங்களுக்குச் சொந்தமான படகுகளைச் செலுத்துவதைப் பொழுதுபோக்காகக் கொண்டிருந்தார்கள்.

புனித வளனார் ஆலயம்

வாரந்தோறும் சுனிதாவின் குடும்பத்தினர் இந்த ஆலயத்திற்குச் செல்வார்கள். சுனிதாவிற்கான கிறித்துவ மதச் சடங்குகள் இங்குதான் நிகழ்த்தப்பட்டன.

ஸ்டோரிலாண்ட், நியூஹாம்ப்யர்

இது ஒரு பொழுதுபோக்குப் பூங்கா. இவர்கள் சென்ற நேரத்தில் பூட்டப்பட்டு இருந்ததால் வேலி மேல் எட்டிப் பார்த்த சுனிதா அலறிவிட்டார்.

யயல்லோ ஸ்டோன் தேசியப் பூங்கா

செயயன்

வையோமிங்

தெற்கு டகோடாவின் பேட் லாண்ட்ஸ்

பிரைஸ் எட்வர்ட் தீவு (கனடா)

நியூயார்க்

வாஷிங்டன்

ஃப்ளோரிடா

டிஸ்னி உலகம்

காட் முனை

நியூ இங்கிலாந்து

சுனிதா இளம் வயதில் தமது குடும்பத்தாருடன் உலா சென்ற இடங்கள்.

அப்பலேச்சியன் மலை, மெய்ன்

இந்த மலையின் கடைசி 150 கிலோ மீட்டர் உயரத்தை ஏறிக் கடந்த சாதனைக்குச் சொந்தக்காரர் சுனிதா.

மேடனாக்

இது ஒரு மலைப்பகுதி. முதன்முதலில் முகாமுக்குத் தேவைப்படும் கூடாரத்துடன் சென்று சுனிதாவின் குடும்பத்தினர் தங்கிய இடம்.

நீதம் உயர்நிலைப் பள்ளி

சுனிதா படித்த உயர்நிலைப்பள்ளி.

மேரிலாண்ட்

அமெரிக்கக் கடற்படைக் கழகம் அமைந்துள்ள இடம். இங்குதான் சுனிதாவின் அண்ணன் ஜே படித்துப் பட்டம் பெற்றார். சுனிதாவும் இங்கு சேர்வார் என்று எதிர்பார்க்கப்பட்டது.

யஹர்ன்ட்ரான் நினைவுச் சின்னம்

அமெரிக்கக் கடற்படைக் கழகத்தில் நிறுவப்பட்டிருக்கும் நினைவுச் சின்னம். இங்கு முதலாண்டு படிக்க வருபவர்கள் இந்த நினைவுச் சின்னத்தின் மேல் ஏற முயற்சிக்க வேண்டும். எண்ணெய் தடவப்பட்ட மரம். கீழே நிற்பவர்கள் பிடித்து இழுப்பார்கள். இவற்றை எல்லாம் மீறி மேலே செல்ல வேண்டும்.

பென்ஸகோலா

விமானம் ஓட்டும் பயிற்சிக்காக சுனிதா செல்ல வேண்டி இருந்த இடம். ஃப்ளாரிடாவில் இருப்பது.

பனாமா, ஃப்ளாரிடா

சுனிதா கடலில் மூழ்கும் திறன் பெற்ற அதிகாரியாகப் பொறுப்பேற்றுக் கொண்ட இடம்.

நார்போக், வர்ஜீனியா

சுனிதா ஹெலிகாப்டர் போர் உதவிப் பிரிவு அதிகாரி ஆன இடம்.

மியாமி, ஃப்ளாரிடா

சூறாவளிச் சேதங்களை அடுத்து மீட்பு நடவடிக்கைகளை மேற்கொள்வதற்காக சுனிதா சென்ற இடம்.

கனவரால் முனை

அமெரிக்க விண்வெளிப் பயணங்கள் துவக்கப்படும் இடம்.

கோவாவின் சுவை

டேஸ்ட் ஆப் கோவா என்ற பெயரால் நடத்தப்படும் உணவகம். கனவரால் முனையில் இந்திய உணவு வகைகளுக்குப் பெயர் பெற்றது. விண்வெளிப் பயணத்திற்கும் இந்திய உணவகத்திற்கும் என்ன தொடர்பு? தெரிந்து கொள்ள..

தெரிந்துக்கொள்ள

கால ஓட்டம்

1932 டிசம்பர் *6*

தீபக் பாண்ட்யா பிறப்பு

1934

பாண்ட்யாவின் தந்தை மறைவு

1945

பாண்ட்யாவின் தாயார் இறப்பு

1957

பாண்ட்யா பட்டம் பெறுகிறார்.

1958

பாண்ட்யா இங்கிலாந்துக்குப் புறப்படுகிறார்.

திருமணம்

குழந்தைகள் பிறப்பு

சுனிதா பிறந்த தேதி

19.09.1965

ஒருவயது முடிவடையும் நேரம்

பாஸ்டனுக்கு இட மாற்றம்

பதினோரு வயதில் நீச்சல் சாதனை

1983

பள்ளிப் படிப்பு நிறைவு

1987 மே

கடற்படைக் கழகப் பட்டம்

1989 ஜுலை

கடற்படை விமானி

1992 செப்டம்பர்

மியாமி சூறாவளி மீட்பு நடவடிக்கை அதிகாரி

1993 ஜனவரி

கடற்படை விமானி பயிற்சி

1993 டிசம்பர்

விமானி பயிற்சியில் பட்டம்

1995 டிசம்பர்

விமானப் பயிற்சி நிறுவனப் பயிற்றுநர்

2006

விண்வெளிப் பயணம்

2007

பூமிக்குத் திரும்புதல்

டாக்டர் ம.லெனின் எழுதிய

கல்பனா சாவ்லா

விந்தைப் பெண்ணின் வியப்பூட்டும் கதை

(தமிழக அரசின் முதல் பரிசுபெற்ற நூல்)

ஆண், பெண் என அனைவருக்கும் கல்பனாவின் கதையைப் படித்தால் ஒரு தெளிவு பிறக்கும். அவரைப்போலவே தடைகளை உடைக்கும் எண்ணம் வளரும். நோக்கங்களை எவ்வளவு உயர்வாக வைத்துக் கொள்ள வேண்டும் என்ற சிந்தனை உருவாகும்.

போட்டிகள் நிறைந்த இன்றைய உலகில் ஆண் உயர்ந்தவன், பெண் தாழ்ந்தவள் என்ற பாகுபாடுகளெல்லாம் மறைந்து வெகு காலமாகி விட்டது. இன்று ஒருவரிடமுள்ள திறமைகளும், தனித்தகுதிகளுமே அவர்களை அளக்க உதவும் அளவுகோல்.

இந்தியப் பெண்கள் என்றாலே உலகம் இளக்காரமாக நினைத்துக் கொண்டிருந்த நேரத்தில் தன் தகுதி ஒன்றையே துணையாகக் கொண்டு விண்ணுக்குச் சென்று வெற்றிக் கொடி நாட்டியவர் கல்பனா சாவ்லா.

பெண் குழந்தைகளைப் பெற்ற ஒவ்வொரு பெற்றோரும் படிக்க வேண்டிய சரித்திரம் அவருடையது. கல்பனாவின் பெற்றோரிடமிருந்து நாம் கற்க வேண்டிய பாடங்களும் ஏராளம் இருகிறது.

நம் நாட்டில் இன்னும் எத்தனையோ கல்பனா சாவ்லாக்கள் மறைந்து கிடக்கலாம். அவர்களை உலகிற்கு அடையாளம் காட்டும் பொறுப்பு பெற்றோர்களுக்கு இருக்கிறது. அதற்கு அவர்களுக்கு இந்நூல் வழிகாட்டும்.

பக்கங்கள் 160

டாக்டர் ம.லெனின் எழுதிய வாழ்க்கை வரலாற்று நூல்களில் சில...

விலை ரூ.49.00

விலை ரூ.65.00

விலை ரூ.75.00

டாக்டர் **ம.லெனின்** எழுதிய

15,000 ரூபாயிலிருந்து 75,000 கோடிக்கு...

ரிலையன்ஸ்

அம்பானி

வெற்றி ரகசியம்

அம்பானி
வெற்றி இரகசியம்

பக்கங்கள் 696

ஒரு முழு நூறு ரூபாய் நோட்டைக் கூடப் பார்த்திராத ஒரு ஏழைப் பள்ளி ஆசிரியரின் மகனாய்ப் பிறந்தவர்... ஏடனில் பெட்ரோல் நிரப்பும் சிறுவனான தன் வாழ்க்கையை ஆரம்பித்தவர்... தன் 21வது வயதில் வெறும் 300 ரூபாயே சம்பளமாகப் பெற்றவர்... தன்னால் வானத்திலுள்ள நட்சத்திரங்களையே வளைத்துப் போட முடியும் என்கிறபோது ஏன் தரையிலுள்ள கூழாங் கற்களைப் பொறுக்கிக் கொண்டு இருக்கும் வேலையைச் செய்ய வேண்டும் என்று நினைத்தவர்... தன் திறமையால் 75,000 கோடி ரூபாய்க்கு அதிபதியானவர்... ரிலையன்ஸ் அம்பானி.

பின்புலம் இல்லை, வசதியான குடும்பத்திலிருந்து வரவில்லை என்றாலும் பிரம்மாண்டமான கனவுகளைக் கண்டவர். அந்தக் கனவுகள் அத்தனையையும் நனவாக்கியவர்...

எப்படிச் சாதிப்பது? எதைச் சாதிப்பது? யாரைப் பின்பற்றுவது? எவரை முன் மாதிரியாகக் கொள்வது என்று தவித்துக் கொண்டிருக்கும் இளைஞர்களுக்கு... தொழில் முனைவோருக்கு... வழிகாட்டி அம்பானி பற்றி இந்த நூல்.

15,000 முதலீட்டில்

ரிலையன்ஸ்

அம்பானி

கோடிகளைக் குவித்த கதை

(ரிலையன்ஸ் அம்பானி வெற்றி ரகசியம் நூலின் சுருக்கிய பதிப்பு)

15,000 முதலீட்டில்
ரிலையன்ஸ்
அம்பானி
கோடிகளைக் குவித்த கதை

பக்கங்கள் 224

கார்வர்
கதை கேளுங்கள்

கற்பதிலும்
கற்பித்தலிலும்
கண்டுபிடித்தலிலும்
இவர்தான்
நெ 1

கார்வர் வசதிமிக்க குடும்பத்தில் பிறந்தவர் அல்லர். நிறவெறிக் கொடுமையால் இன்னல்களை அனுபவித்து வந்த நீக்ரோ இனத்தைச் சேர்ந்தவர். அடிமையாகப் பிறந்தவர். ஆற்றல்மிக்க ஓவியராக வளர்ந்தவர். ஓவியத்தில் மட்டுமல்லாது வேளாண் அறிவியலிலும் தலைசிறந்த மேதையாகத் திகழ்ந்தவர்.

இவர் நினைத்திருந்தால் கோடிகளில் புரண்டிருக்கலாம். தான் கண்டுபிடித்த தொழில் நுட்பங்களை விலைக்கு விற்றிருந்தால் இவருக்குக் கிடைத்திருக்கக் கூடிய பொருளுக்கு அளவே இருந்திருக்காது. எனினும் தமது ஆராய்ச்சிகளின் மூலம் கண்டுபிடித்த அத்தனை நுட்பங்களையும் யார் கேட்டாலும் இவர் கொடுத்தார். அவர்கள் எந்த நிறத்தைக் கொண்டவர்களாக இருந்தாலும். நிலக்கடலை என்னும் ஒரே ஒரு வேளாண் உற்பத்திப் பொருளில் இருந்து 300 விதமான வெவ்வேறு பயன்பாடுகளுக்கான பொருட்களைத் தயாரிக்கும் உத்திகளைக் கண்டு பிடித்தார். அவர் கண்டு பிடித்த சாயங்களின் எண்ணிக்கை மட்டுமே 536.

கறுப்பர் இனமக்கள் வாழ்க்கை மேம்பாடு அடைய வேண்டும் என்ற குறிக்கோளுக்காகவே வாழ்ந்தவர். அதில் வெற்றியும் பெற்றவர். வாழ்க்கையை ஒருவித வேட்கையுடன் வாழ நினைக்கும் எவரும் ஜார்ஜ் வாஷிங்டன் கார்வரைப்போல் வாழ வேண்டும்.

டாக்டர். ம.லெனின்
M.Com, M.A., (Jnlsm)
PGDJMC. Ph.D

பக்கங்கள் 152

டாக்டர் ம.லெனின் எழுதிய வாழ்க்கை வரலாற்று நூல்களில் சில...

விலை ரூ.90.00

விலை ரூ.40.00

விலை ரூ.40.00

சச்சின்

ஒரு சுனாமியின் சரித்திரம்

ஆசிரியர்:
கே. ரமேஷ்

M.A, M.Phil.,B.L., B.Lit., B.com.,
AII, PGDJMC, PGDBM

பக்கங்கள் 280

செக்கச் சிவந்த நிறத்தில் பறந்து வருவது பந்தா அல்லது நெருப்பு உருண்டையா என்று ஐயப்படும் வகையில் இம்ரான்கான், வாசிம் அக்ரம், வாக்கர் யூனுஸ் ஆகியோர் பந்துகளை எறிந்து கொண்டிருந்தனர். வாக்கரிடம் இருந்து வந்த பந்து எதிர்பாராத நேரத்தில் மூக்கில் வந்து வேகமாகத் தாக்க சச்சின் நிலை தடுமாறினான். பலமான அடி என்பதால் மூக்கில் இருந்து ரத்தம் ஒழுக சச்சின் கீழே விழுந்தான். உதிரம் சொட்டச் சொட்ட நிற்கும் ஆட்டைச் சுற்றி ரத்த வெறி பிடித்த ஓநாய்க் கூட்டம் நின்று ரசிப்பது போன்று பாகிஸ்தான் ரசிகர்களோ எங்களுக்கு இந்த ரத்தம் போதாது. இன்னும் வேண்டும் என்று கூறுவது போல் கரகோஷம் எழுப்பித் தங்கள் மகிழ்ச்சியை வெளிப்படுத்தினர்.

ஸ்ட்ரெச்சர் எடுத்து வரப்பட்டது. சச்சின் எதற்கும் கவலைப்படவில்லை. மருத்துவர் முதலுதவி அளித்து பெவிலியனுக்குத் திரும்ப ஆலோசனை கூற அணித் தலைவர் ஸ்ரீகாந்தும் அதை ஆமோதித்தார். ஆனால், சச்சின் விடாப்பிடியாக விளையாடியே தீருவேன் என்று உறுதியாகக் கூறினான். கைக்குட்டையால் மூக்கைச் சுற்றி சிறிய கட்டு போட்டுக் கொண்டு 'ஐ ஆம் ஆல் ரைட், ஐ கேன் ப்ளே' என்றான். வாக்கர் வீசிய வேகமான அடுத்த பந்தை லாவகமாக ஸ்குயர் டிரைவ் செய்து பவுண்டரிக்கு அடித்தான். அடுத்த பந்தையும் கவர் ஃபீல்டு பகுதிக்கு பவுண்டரியாக அடித்தான். சச்சின் அடிபட்டதும் கரகோஷம் செய்து மகிழ்ந்த பாகிஸ்தான் ரசிகர்கள் அடுத்தடுத்த பந்துகளை அவன் விளாசித் தள்ளியதைப் பார்த்து வாய் மூடி மவுனிகளாயினர்.